‘അ’

aa
stories
•
shahina e k
•
first edition
february 2020
•
typesetting & published
chintha publishers, thiruvananthapuram
•
printed
akshara offset, thiruvananthapuram
•
cover
vinod mangoes

Distribution
DESHABHIMANI BOOK HOUSE
H O Thiruvananthapuram 695035
phone: 0471-2303026, 6063026
Email: chinthapublishers@gmail.com
Website: www.chinthapublishers.com

Branch
Head Office Kunnukuzhi • Statue Thiruvananthapuram • KSRTC Bus Station Alappuzha • KSRTC Bus Station Ernakulam • Machingal Lane Thrissur • IG Road Kozhikode • Mavoor Road Kozhikode • NGO Union Building Kannur • Central Bus Terminal Complex Thavakkara Kannur

CO - 2917/5213
ISBN - 978-93-89410-75-4

‘അ’

(കഥകൾ)

ഷാഹിന ഇ കെ

ചിന്ത പബ്ലിഷേഴ്സ്
തിരുവനന്തപുരം-695 035

ഷാഹിന ഇ കെ

മലപ്പുറം ജില്ലയിലെ പെരിന്തൽമണ്ണ സ്വദേശം. തൊഴിൽ മേഖല – അദ്ധ്യാപനം. *അനന്തപത്മനാഭന്റെ മരക്കുതിരകൾ, കഥ, പുതുമഴച്ചൂരുള്ള ചുംബനങ്ങൾ, ഫാന്റം ബാത്ത്* എന്നീ ചെറുകഥാ സമാഹാരങ്ങളും *നീലത്തീവണ്ടി* (നോവലെറ്റ്), *ഒറ്റഞൊടിക്കവിതകൾ* (കവിതാസമാഹാരം), *പ്രവാചകൻ* (വിവർത്തനം), *പ്രണയത്തിന്റെ തീക്കാടിനുമപ്പുറം* (കുറിപ്പുകൾ), *ഉണ്ണി എക്സ്പ്രസ് ഡൽഹീന്ന് മുത്തശ്ശിവീട്ടിലേക്ക്* (ബാലസാഹിത്യം) എന്നീ കൃതികളും പ്രസിദ്ധീകരിച്ചു.
കൃതികൾ ഇംഗ്ലീഷ്, ഹിന്ദി, മറാത്തി, കന്നഡ, തമിഴ് ഭാഷകളിലേക്ക് മൊഴിമാറ്റം ചെയ്യപ്പെട്ടിട്ടുണ്ട്. *കഥ* എം ജി യൂണിവേഴ്സിറ്റി പാഠ്യപദ്ധതിയുടെ ഭാഗമാണ്.
ഇടശ്ശേരി അവാർഡ്, ടി വി കൊച്ചുബാവ കഥാപുരസ്കാരം, മുതുകുളം പാർവ്വതിയമ്മ കഥാപുരസ്കാരം, ഗൃഹലക്ഷ്മി കഥാപുരസ്കാരം, അവനീബാല കഥാപുരസ്കാരം, കടത്തനാട്ട് മാധവിയമ്മ കവിതാപുരസ്കാരം, കാവ്യകൈരളി പുരസ്കാരം, ഡി ശ്രീമാൻ നമ്പൂതിരി സാഹിത്യപുരസ്കാരം, അങ്കണം അവാർഡ്, അറ്റ്ലസ് കൈരളി കഥാപുരസ്കാരം തുടങ്ങി വിവിധ അംഗീകാരങ്ങൾ ലഭിച്ചു.

മേൽവിലാസം : ഷാഹിന ഇ കെ
ഹസീന കോട്ടേജ്
ഹോസ്പിറ്റൽ റോഡ്
പെരിന്തൽമണ്ണ പി ഒ 679322
മലപ്പുറം ജില്ല

ഫോൺ : 9446671029

ഇ–മെയിൽ : shahinaek@gmail.com

ഉള്ളടക്കം

പ്രിയപ്പെട്ട ജിതയ്ക്ക്;
ബിന്ദുവിനും.
തീർച്ചയായും രീത് നിനക്കും.

നന്ദി

ഗ്രേസി ടീച്ചർ,
ഹരിനാരായണൻ,
അനിൽ, ചിന്ത പബ്ലിഷേഴ്സ്

അങ്ങനെയിരിക്കുമ്പോൾ
ഉള്ളിൽ വരുന്ന ചില കഥച്ചിന്തുകളുണ്ട്,
ബസിൽ, ഒരു തിരക്കുസീറ്റിൽ
ഞെരുങ്ങിയിരിക്കുമ്പോൾ,
ധൃതിപ്പെട്ടൊരു ജോലി
തീർക്കാൻ പായുമ്പോൾ,
ഒരു സുഹൃത്തിനോട്
സംസാരിച്ചുകൊണ്ടിരിക്കുമ്പോൾ,
ആൾക്കൂട്ടത്തിനിടയിലൂടെ
അലയുമ്പോൾ,
ഉറക്കിനും ഉണർവ്വിനുമിടയിൽ
അലസം ഉലാത്തുമ്പോൾ,
വെളിച്ചം നിറഞ്ഞ കുഞ്ഞുനക്ഷത്രങ്ങൾ
പോലെ വീണുകിട്ടുന്നവ,
ഓർത്തെടുക്കലുകൾക്കും
മറന്നുപോവലുകൾക്കുമിടയിൽ,
വെളിച്ചം കെടാതെ നിന്ന
അങ്ങനെ ചില ചെറിയ കഥകളാണ് ഇവ,
പലപ്പോഴായി പ്രകാശിതമായവ.
ഞാൻ 'അ' എന്ന് പേരിടുന്നു.
ചിന്ത പുസ്തകമാക്കുന്നു.

ഷാഹിന ഇ കെ

പ്രസാധകക്കുറിപ്പ്

മലയാള ചെറുകഥ നിരന്തരമായ പരീക്ഷണങ്ങൾക്കും പരിണാമങ്ങൾക്കും വിധേയമായിക്കൊണ്ടിരിക്കുന്ന കാലത്തെയാണ് നമ്മൾ അഭിമുഖീകരിക്കുന്നത്. സമകാലികമായ വിഷയങ്ങളെ ആഴത്തിൽ സ്പർശിക്കുന്ന, രാഷ്ട്രീയമായി വിശകലനം ചെയ്യുന്ന കഥകൾ അവയുടെ നിലപാടുകൾ പ്രഖ്യാപിക്കുന്നു. കഥയിലൂടെ വായനക്കാരനെ ബോധവല്ക്കരിക്കുക, സന്ദേശം നല്കുക എന്ന പഴഞ്ചൻ രീതിശാസ്ത്രത്തെ നിരാകരിക്കുന്ന പുതുതലമുറക്കഥകൾ, ഇവിടെ തീക്ഷ്ണമായ അനവധി ജീവിത യാഥാർത്ഥ്യങ്ങൾ ഉണ്ടെന്നു ചൂണ്ടിക്കാണിക്കുകയാണ് ചെയ്യുന്നത്. അനുവാചകന്റെ താല്പര്യങ്ങൾക്കനുസരിച്ച് അവയോട് ഒത്തുനീങ്ങാം. യോജിപ്പിനും വിയോജിപ്പിനുമുള്ള അവസരങ്ങൾ അവിടെയുണ്ട്. നമ്മുടെയൊക്കെ അറിവിനും ബോധത്തിനുമപ്പുറത്തുള്ള കാര്യങ്ങളെ കെട്ടുകഥകളായിക്കാണുന്ന പൊതുബോധത്തെ നിരാകരിക്കുന്ന ഷാഹിനയുടെ കഥകൾ സംഘർഷഭരിതമായ ഇന്ത്യൻ സമൂഹത്തിന്റെ നേർക്കാഴ്ചകളെയാണ് തീവ്രമായ ഭാഷയിലൂടെ അവതരിപ്പിക്കുന്നത്.

വർഗ്ഗീയത, തീവ്രവാദം, ജാതി മത വർണ്ണ വർഗ്ഗ ലിംഗ ലൈംഗിക വൈരുദ്ധ്യങ്ങൾ, ദേശീയത, പൗരത്വം, അധിനിവേശം, ആൾക്കൂട്ടക്കൊലകൾ തുടങ്ങിയ വിവാദ വിഷയങ്ങളെ അതീവ ജാഗ്രതയോടുകൂടി സമീപിക്കുന്ന ഷാഹിന അവയ്ക്കെതിരെയുള്ള പ്രതികരണങ്ങളെ തികഞ്ഞ കൈയടക്ക

ത്തോടുകൂടിയാണ് അവതരിപ്പിക്കുന്നത്. *അ* എന്ന കഥാസമാഹാരത്തിലെ കഥകൾ പൊളിറ്റിക്കൽ സറ്റയറുകളായിത്തീരുന്നത് സമകാലിക സാമൂഹ്യ രാഷ്ട്രീയകാഴ്ചകളുടെ പശ്ചാത്തലത്തിലാണ്. ഭാവനകളിലൂടെ വായനക്കാരനെ സ്വപ്നലോകത്തു ജീവിക്കാൻ പ്രേരിപ്പിക്കുന്നവയല്ല, മറിച്ച് അവനെ രാഷ്ട്രീയ ജാഗ്രതയുള്ളവനാക്കി മാറ്റുവാൻ പര്യാപ്തമായ കഥകളാണ് ഷാഹിനയുടേത്.

പ്രമേയം, ആഖ്യാനം, ഭാഷ തുടങ്ങിയവയിൽ ഷാഹിന കൊണ്ടുവരുന്ന മാറ്റങ്ങൾ ശ്രദ്ധേയമാണ്. പരത്തിപ്പറയുന്നവയല്ല, ഒതുക്കിപ്പറയുന്നതിന്റെ സൗന്ദര്യബോധത്തെ വെളിപ്പെടുത്തുന്നവയാണ് ഈ സമാഹാരത്തിലെ കഥകൾ. പുതിയ കാലത്തിന്റെ സാംസ്കാരിക രാഷ്ട്രീയ പരിണാമങ്ങളെ അടയാളപ്പെടുത്തുന്ന ഈ കഥകളെ അഭിമാനപൂർവ്വം വായനാസമൂഹത്തിനായി സമർപ്പിക്കുന്നു.

ചിന്ത പബ്ലിഷേഴ്സ്

വെള്ളച്ചോറ്

"ഇന്ത്യ അല്ല. ഭാരതം. *മഹാഭാരത*ത്തിൽ നിന്നുണ്ടായ പേര്. ഭരതൻ ഭരിച്ച നാട്."

ആരോ ചൊല്ലിപ്പഠിപ്പിച്ചത് കിളിയെപ്പോലെ പാടുന്ന മകനെ നോക്കി, വായിച്ചുകൊണ്ടിരുന്ന പത്രം മുഖത്തിനു മുന്നിൽനിന്ന് നീക്കാതെ ചരിത്രാദ്ധ്യാപകനും ശ്രീരാമനുമായ ഞാൻ തിരുത്തി. "രണ്ടും പറയും. രണ്ടിന് പിന്നിലുമുണ്ട് ചരിത്രം. രണ്ടും നമ്മുടെ സംസ്കാരത്തെ സൂചിപ്പിക്കുന്നു." പറഞ്ഞത് ലേശം കട്ടി കൂടുതലുള്ള ഭാഷയിലായിപ്പോയോ എന്ന് ശങ്കിക്കവേ കൗമാരക്കാർക്ക് സ്വതേ ഉള്ള പുച്ഛസ്വരത്തിൽ അടുത്ത ചോദ്യം വന്നു .

"ദേശീയ മൃഗം?"

"കടുവ." ഞാൻ.

"പശു. ഗോമാതാ." അവൻ.

ഞാൻ വിരലറ്റം മുതൽക്ക് വിറകൊണ്ടു. പത്രം നിലത്തേക്കിട്ടു.

"രാഷ്ട്ര പിതാവ്?" അവനെന്നെ വെല്ലുവിളിച്ചുനിന്നു.

"ഗാന്ധിജി" ഞാൻ പല്ലു ഞെരിച്ചു.

"ഗോഡ്സെ.." അവനലറി.

ഇക്കാലമത്രയും പഠിക്കുകയും പഠിപ്പിച്ചു കൊണ്ടിരിക്കുകയും ചെയ്യുന്ന ചരിത്രത്തിന്റെ മുഴുവൻ ചാരിത്ര്യവും ചോർന്നു പോകുന്നത് കണ്ട വെപ്രാളത്തിൽ മുറിവേറ്റ് ഞാൻ പിടഞ്ഞെണീറ്റു. ദീർഘമായ ഇന്ത്യൻ സ്വാതന്ത്ര്യ ചരിതം, ആവേശഭരിതമായ ഒരൊറ്റ ഞൊടിക്കാഴ്ചയായി മുന്നിലൂടെ കടന്നുപോകവേ, ഹിന്ദു മുസ്ലീം വർഗ്ഗീയ വാദം എന്ന അദ്ധ്യായത്തിൽ പൊടുന്നനെ കണ്ണുകളൊട്ടി.

ഒറ്റയടിക്ക് മകന്റെ വർഗ്ഗീയ ചിന്തകളെ ഞാൻ അടിച്ചു നിലത്തേക്കു വീഴ്ത്തി.

സുഖകരമല്ലാത്ത ശബ്ദങ്ങൾ കേട്ട് ഭാര്യ ഫാത്തിമ ഓടി വന്നു. അന്തം വിട്ട് രണ്ടു പേരെയും നോക്കി.

"ഭാരത് മാതാ കീ.. ജയ്" അവൻ അവിടെ കിടന്നലറി. പല്ലിറുമ്മി ക്കൊണ്ട് ഉമ്മയെ നോക്കി മുരണ്ടു. "ചലോ പാകിസ്ഥാൻ"

അവൾ അവിടെത്തന്നെ തറഞ്ഞു. ഞങ്ങൾ ഞെട്ടലോടെ പരസ്പരം നോക്കി. ഫാത്തിമ തിരിഞ്ഞു നടന്നു. അവളന്ന് അടുപ്പ് കത്തിച്ചില്ല. ഉച്ച കഴിഞ്ഞപ്പോൾ നിയന്ത്രണമില്ലാതെ നിലവിളിച്ചു തുടങ്ങിയ വയറും തല യിണയിൽ ഞെരുക്കി അവളുടെ ഭാഗം ജയിപ്പിക്കാൻ ഞാൻ കമഴ്ന്നു കിടന്നു. ഏതു നേരവും വിശപ്പുള്ള മകൻ എന്ത് ചെയ്യുന്നു ആവോ എന്ന് ഞാനിടയ്ക്ക് ഉള്ളിലാധിപ്പെട്ടു. ഒരു മയക്കത്തിലേക്കങ്ങ് നിരങ്ങി വീഴവേ, അടുക്കളയിൽ പാത്രങ്ങളുടെ കലമ്പൽ. അവനാണ്. സ്വപ്നമല്ല. സ്വപ്ന ത്തിനു പുറത്താണ്.

"ഉമ്മാ.."

അവൾ തിരിഞ്ഞില്ല.

"അച്ഛാ.."

ഞാൻ അവളുടെ തീരുമാനം നടക്കട്ടെ എന്ന മട്ടിൽ മുഖം തിരിച്ചു.

"പ്ലീസ് ഉമ്മാ, ഞാനിപ്പോ വെശന്ന് ചത്തു പോകും."

പരിക്ഷീണിതനായ അവൻ നിലവിളിക്കാൻ തുടങ്ങി. ഫാത്തിമ ചാടിയെണീറ്റ് അവന്റെ കരണത്തൊന്ന് പൊട്ടിച്ചു. എന്നിട്ട് ഒച്ചയടക്കി ചോദിച്ചു, "തരാലോ. പാകിസ്ഥാൻ ചോറോ ഇന്ത്യൻ ചോറോ?"

വിശന്നൊട്ടിയ നാവ് വലിച്ച് ചെക്കൻ നിലവിളിച്ചു.

"ഒന്നും വേണ്ടുമ്മാ.. ഇത്തിരി വെള്ളച്ചോറ്."

●

യക്ഷിക്കഥ

വെയിൽ മിന്നുന്നൊരു നട്ടുച്ചയ്ക്ക് കരിമ്പനക്കൂട്ടങ്ങൾക്കിടയിലൂടെ ഒറ്റയ്ക്ക് നടക്കുകയായിരുന്നു.

നെഞ്ചിൽ മുഴുക്കെ, കേട്ട് മറക്കാത്ത യക്ഷിക്കഥകളാണ്.

മരച്ചുവടുകളിലെ ചവച്ചു തുപ്പിയ അസ്ഥികളാണ്.

അഴിച്ചിട്ട മുടിയും മയക്കുന്ന കണ്ണുകളുമാണ്.

വേണ്ടപ്പോൾ ചുണ്ടിൻ കോണുകളിൽ നിന്നിറങ്ങിവരുന്ന തേറ്റകളാണ്.

കരിമ്പനപ്പട്ടകൾക്കിടയിൽ കാറ്റൂതുമ്പോൾ പേടിപ്പെടുത്തുന്ന സീൽക്കാരങ്ങൾ.

മുറുക്കിത്തുപ്പലിന്റെ ചോരപ്പൂക്കൾ, മയക്കുന്ന പാട്ട്.

എവിടെയോ കുരുങ്ങിപ്പോയൊരു കിളിയുടെ

കഴുത്തു ഞെരിയുന്ന കരച്ചിൽ.

ഒന്നുമറിയാതെ നൃത്തം വയ്ക്കുന്ന തുമ്പികളെ നോക്കി

മുടിയഴിച്ചിട്ടും മുറുക്കിച്ചുവപ്പിച്ചും പൊടുന്നനെയതാ യക്ഷിയിരിക്കുന്നു മരച്ചോട്ടിൽ.

"പേടിക്കേണ്ട"

എന്റെ വിറപൂണ്ട ദേഹംനോക്കി അവൾ ചുവന്ന വായ പിളർക്കുന്നു.

"ഞാനിപ്പോൾ മനുഷ്യരെ തൊടാറില്ല. കൊടിയ വിഷമാണ്; അകത്തും പുറത്തും."

●

പഠിത്തം

കണക്കു പഠിപ്പിച്ചിരുന്ന പരീത് മാഷ്ട്ര കൂർക്കംവലികളെണ്ണിയാണ് ഞങ്ങളെണ്ണാൻ പഠിച്ചത്.

സ്കൂളിൽ വല്ലപ്പോഴും മാത്രം വരാറുണ്ടായിരുന്ന ഗീവർഗ്ഗീസ് മാഷ് പുസ്തകം തുറക്കാതെ പറഞ്ഞു തന്നിരുന്ന നുണക്കഥകളായിരുന്നു സാമൂഹ്യ ശാസ്ത്രം. രാമനാഥൻ മാഷ്ടെ കാരണമറിയാത്ത തെറിവിളി കേട്ട് ഭാഷ,

ക്ലാസ് മുറികളിലപ്പുറവും ഇപ്പുറവും നിന്ന് കണ്ണാങ്കളി കാട്ടിയിരുന്ന രമണൻ മാഷ്ടേം ചന്ദ്രികട്ടീച്ചർടേം ഭാവങ്ങൾ മൂത്രപ്പുരച്ചുവരിൽ കോറി ചിത്രകല.

നിറയെയുണ്ടായിട്ടും 'കേടുവരുത്തു' മെന്നൊച്ചയിട്ട് കളിക്കാൻ പന്തും ബാറ്റും തരാത്ത സൊറ പറച്ചിലുകാരൻ മത്തായി മാഷ്ടെ പി ടി പിരീഡിലാണ് ഞങ്ങളൊക്കെ പരസ്പരം പഠിച്ചത്. ഞാൻ സൽമ കെ ടി യെ ഉമ്മ വച്ചത്.

രണ്ടുപേർ ചുംബിക്കുമ്പോൾ ലോകം മാറുന്നുവെന്ന് പഠിച്ചത്.

അന്ന് കിട്ടിയ അടിയാണ് ഓരോ ചലനത്തിനും ഒരു മറു ചലനമുണ്ടെന്നു സയൻസു പഠിപ്പിച്ചത്.

●

കഥ

കഥ വന്ന് ആഞ്ഞു കൊത്തിയപ്പോഴാണ് സ്വപ്നത്തിൽ നിന്നയാൾ മുറിഞ്ഞുണർന്നത്. കടലാസും പേനയും തപ്പി ചാടിയെണീക്കുമ്പോൾ ചുവരിലെ പഴയ ക്ലോക്ക് എട്ടു വട്ടം മിടിച്ചു. അയാൾക്കുള്ളിലെ ജലമൊഴുക്കു മുറിഞ്ഞു. ഒരു പാഴില പോലെ കഥ ഉള്ളിൽ ലക്ഷ്യമില്ലാതലഞ്ഞു. വേഗക്കുളി തീരുമ്പോൾ കക്ഷത്തിൽ നേരാം വണ്ണം കഴുകിപ്പോകാതെ കിടന്ന സോപ്പുവഴുപ്പിന് മീതെ അയാൾ കുപ്പായമെടുത്തിട്ടു.

'ഞാനൊന്നു വീട്ടിൽ പോയി വരാമെ 'ന്ന് ഭാര്യ പിറുപിറുക്കുമ്പോഴും എന്തൊക്കെയോ അക്കങ്ങൾ നിറഞ്ഞ മാർക്കു റിപ്പോർട്ട് മകൾ ഒപ്പിടുവിക്കുമ്പോഴും അയാൾ ആ കഥയുടെ വക്കത്തിരിക്കുകയായിരുന്നു. ബസ്സ്റ്റോപ്പിലേക്കുള്ള വലിഞ്ഞു നടത്തത്തിനിടയിൽ എതിരെ കടന്നുപോയ കഥയൊരു നാട്ടുവേശ്യയെപ്പോലെ അയാൾക്കു നേരെ കൺ സന്ദേശമയച്ചു. ബസിലെ പല മണങ്ങളും നിറഞ്ഞ തിക്കിൽ തൊട്ടടുത്തു നിന്ന, തിരക്കിൽ മുഖം പോലും കാണാനാവാത്ത മദ്ധ്യവയസ്കയുടെ നെഞ്ചിലേക്ക് ഏതോ ചെറുപ്പക്കാരന്റെ വിറകൈ പാളുമ്പോൾ അയാൾക്കുള്ളിൽ കിടന്ന് കഥ കൈകാലിട്ടടിച്ചു കരഞ്ഞു. അയാൾക്ക് ഞരമ്പ് വലിഞ്ഞു. തൊണ്ട വറ്റി. തിരക്ക് പൊട്ടിച്ച് അയാളെവിടെയോ ഇറങ്ങി. ഇറങ്ങുന്നേരം ചെറുപ്പക്കാരന്റെ കാലിൽ ആഞ്ഞു ചവിട്ടാൻ കഥ അയാളോട് പറഞ്ഞു. അയാളുടെ നിലവിളി കേട്ട് കഥ കൈകാലിട്ടടിച്ചു ചിരിച്ചു.

ഓഫീസിലെ ഇടനാഴികയിലൂടെ അയാൾ ധൃതിപ്പെട്ടു പാഞ്ഞു. കഥ ഉള്ളിൽ നിന്നയാളെ പിറകോട്ടു വലിച്ചു. മാന്തിപ്പറിച്ചു. വരാന്തയാകെ പതിവുപോലെ വവ്വാലുകൾ കൂട്ടത്തോടെ കാഷ്ഠിച്ചിരുന്നു. ഓറഞ്ചു തറയോടുകളിൽ, ചൂടു പിടിച്ചു തുടങ്ങിയ വെയിൽ ചെറിയ ചെറിയ വൃത്തങ്ങൾ വരച്ചു കളിക്കുന്നുണ്ടായിരുന്നു.

മാനേജരും മറ്റ് ജോലിക്കാരും കനം വച്ച മുഖത്തോടെ അയാളെ കാത്തു നില്പുണ്ടായിരുന്നു.

അയാൾക്കുള്ളിലെ കഥയന്നേരം ഒന്നിളകി, അപ്രതീക്ഷിതമായി അയാളെ ഇക്കിളിയിട്ട് ചിരിപ്പിച്ചു.

അമർത്തിയിട്ടും ഒരു ചിരിപ്പൊട്ട് അയാളുടെ ചുണ്ടിൽനിന്ന് താഴെ വീണു. അയാൾ കീശയിൽനിന്ന് താക്കോലെടുത്ത് വാതിൽ തുറന്നതും സ്തബ്ധരായ ജോലിക്കാർക്കിടയിൽനിന്ന് മാനേജർ പെട്ടെന്നൊരു കുരങ്ങനെപ്പോലെ അയാളുടെ കാബിനിലേക്ക് ചാടി. ഒരു കടലാസെടുത്ത് പ്രിന്ററിൽ വച്ച് എന്തോ ചറ പറ അച്ചടിക്കാൻ തുടങ്ങി.

"നീ കുറച്ചു നാൾ വീട്ടിലിരിക്ക്." കടലാസ് അയാൾക്ക് നേരെ നീട്ടി മാനേജർ മുരണ്ടു. പതിനൊന്നു മണിക്ക് ഓഫീസ് തുറക്കുന്ന ഒരു പ്യൂണിനെ എനിക്ക് വേണ്ട. കുറെ നാളായി ഞങ്ങളെല്ലാം ഇത് സഹിക്കുന്നു."

മാനേജർ തിരിഞ്ഞു നടന്നു. അയാൾക്കുള്ളിലന്നേരം സ്പർശം തട്ടാത്ത കറുത്ത ജലമൊന്നിളകി. സ്വയമൊരു ജലവ്യാളത്തെപ്പോലെ അയാളതിലേക്ക് വഴുതിയിറങ്ങി. കഥ അയാളെയും കൊണ്ട് കറുത്തിരുണ്ട ചതുപ്പിലേക്കാണ്ടു.

●

ആത്മഹത്യയെക്കുറിച്ചൊരു സംവാദം

ആഡംബര ഹോട്ടലിന്റെ ശീതീകരിച്ച മുറിയിൽ ആത്മഹത്യയെ പറ്റിയുള്ള ചർച്ച നടക്കുകയായിരുന്നു. പല മേഖലകളിൽനിന്നായി അൻപതോളം പേർ പങ്കെടുക്കുന്നുണ്ടായിരുന്നു.

ആത്മഹത്യയുടെ മനഃശാസ്ത്രം, ചരിത്രം, സാമൂഹ്യശാസ്ത്രം, സാമ്പത്തിക ശാസ്ത്രം എന്നിങ്ങനെ പല വിഷയങ്ങളിൽ വിദഗ്ദ്ധർ ക്ലാസെടുക്കുന്നുണ്ടായിരുന്നു. ഇടവേളകളിൽ വയറുനിറയെ കൊറിക്കാനുള്ളതുണ്ടായിരുന്നു.

ചീമ്പിയ കണ്ണുള്ള, അലങ്കാരത്തൊപ്പിയണിഞ്ഞ നേപ്പാളി വെയ്റ്റർമാർ ഉപചാരപൂർവ്വം വിളമ്പുന്ന ഉച്ചഭക്ഷണമുണ്ടായിരുന്നു. മാംസവിഭവങ്ങൾകൊണ്ട് നിറഞ്ഞ വിദഗ്ദ്ധരുടെ ഉദരങ്ങൾ 'ഒന്നുറങ്ങണം' എന്ന് വാശി പിടിക്കുന്നുണ്ടായിരുന്നു.

ആത്മഹത്യാനിരക്ക് കുറയ്ക്കാൻ എന്തെല്ലാം നടപടികൾ കൈക്കൊള്ളാം എന്ന ചർച്ച തുടങ്ങിയനേരം യാത്രാപ്പടി രേഖകൾ പൂരിപ്പിക്കാനുള്ള ഫോമുകളുമായി പരിപാടിയുടെ നടത്തിപ്പുകാർ വന്നു. ഓട്ടോ പിടിച്ചു വന്നവർപോലും ഗൂഗിളിൽ പരതി, പരിപാടി നടക്കുന്ന സ്ഥലത്തിനും തങ്ങളുടെ ഇടങ്ങൾക്കുമിടയിലെ വളഞ്ഞ വഴികൾ കണ്ടെത്തി, രണ്ടാം ക്ലാസ് എ സി യാത്രയുടെ അവകാശമെഴുതി.

അന്നേരമാണ് മുൻപെന്നോ ആ ഭക്ഷണ ശാലയിലെ തൂപ്പുകാരിയായിരുന്നവൾ അവളുടെ രണ്ടു കുഞ്ഞുങ്ങളെയും കൂട്ടി ആ വഴി വന്നത്. കുറച്ചു കൊല്ലങ്ങൾക്ക്മുൻപ് പലിശക്കാരുടെ ശല്യം ആത്മഹത്യ ചെയ്യിച്ചതായിരുന്നു അവരെ.

പ്രേതങ്ങളായിരുന്നതുകൊണ്ട് അവർക്ക് പാസോ, ഐ ഡി കാർഡോ ഒന്നും വേണ്ടിയിരുന്നില്ല, പ്രവേശനത്തിന്. സിനിമകളിലെ പ്രേതങ്ങളെ

പ്പോലെതന്നെ അവർ അടഞ്ഞ വാതിലിലൂടെ ഊർന്നു വന്ന് സമ്മേളന മുറിയിൽ പ്രവേശിച്ചു. ആത്മഹത്യാനിരക്ക് കുറയ്ക്കാനുള്ള ഓരോരോ മാർഗ്ഗങ്ങൾ കേട്ട് അവൾക്ക് ചിരി പൊട്ടി.

രുചികളുടെ മണം പിടിച്ച കുട്ടികൾ തൊട്ടപ്പുറത്തെ ഭക്ഷണ മുറിയിലേക്കോടി. പാതികടിച്ചിട്ട ഇറച്ചിക്കഷണങ്ങളും മസാലക്കൂട്ടുകളും പൊരിച്ച മീനുകളും നോക്കി കുട്ടികൾ കൺ മിഴിച്ചുനിന്നു. ഭൂമിയിൽ നിന്നൊന്നുമവർക്ക് കഴിക്കാൻ പാടില്ലായിരുന്നു.

"ഈ പരിപാടിയുടെ മുറിവാടക, ഭക്ഷണം, യാത്രാപ്പടി, പരസ്യം, വിദഗ്ദ്ധരുടെ ഫീസ്"

കണക്കുകൂട്ടിക്കൊണ്ട് അമ്മ കുട്ടികളോട് പറഞ്ഞു:

"ഇത്രയും മതിയായിരുന്നു അന്ന് നമ്മളാത്മഹത്യ ചെയ്യാതിരിക്കാൻ."

●

ധ്യാനശ്രുതി

ശ്വാസം, ദീർഘമായി അകത്തേക്ക്. ശ്വാസകോശത്തിന്റെ ഉള്ളിടം ശീതവായുവാൽ നിറയ്ക്കണം

ഒന്ന്.. രണ്ട്.. മൂന്ന്..

ശ്വാസം ജീവൻ. ഉച്ഛ്വാസം മൃതി.

ജനിയെ ഉള്ളിലേക്കെടുക്കൽ.

മൃതിയെ പുറന്തള്ളൽ. ജനിമൃതികൾക്കിടയിലെ ഊർജ്ജത്തെ ആവാഹിക്കൽ.

ശാന്തം.. ശാന്തം. ഓരോ ശ്വാസത്തിനുമൊപ്പം

ചിന്തകൾ കരിമേഘങ്ങൾ പോലെ പാഞ്ഞെത്തുന്നു.

ഒരുമിച്ചു കൂടുന്നു.. ഈ ചിന്തകളൊക്കെ എവിടെയായിരുന്നു ഇന്നേരം വരെ? പെരുമഴകൾ,

പതിയെ ചാറ്റൽ മഴകളായി പെയ്തൊടുങ്ങുന്നു.

"ശ്വാസ നിശ്വാസങ്ങളുടെ താളഭംഗം മനസ്സിന്റെ, ചിന്തകളുടെ, ജീവിതത്തിന്റെയപ്പാടെ താളം തെറ്റിക്കുന്നു.

ആ ശ്രുതി കണ്ടെത്താനുള്ള യാത്രയാണ്, ധ്യാനം."

ഗുരു പറയുന്നു.

"കാലത്തിനുമപ്പുറത്തേക്കൊരു കാഴ്ച കിട്ടുമ്പോൾ, ഒരുവേള അകത്തൊരു കടൽ തെളിയാം."

ധ്യാനം, ഒരു സാഗരമത്രെ. ഞാനോ വെറുമൊരു തുടക്കക്കാരൻ. എങ്കിലും ഗുരു എന്നെ പഴയ ഞാനേ അല്ലാതാക്കി. മുൻകോപിയും അടക്കമില്ലാത്തവനും കരുണയറ്റവനുമായിരുന്ന എന്നെ.

ലോകത്തെ അത്ര സ്നേഹത്തോടെ ഉറ്റുനോക്കാനാവുന്നുണ്ട്, എനിക്കിപ്പോൾ. അല്ലെങ്കിൽ, എന്താണ് കോപം?

അവനവനെത്തന്നെ ആഴത്തിൽ കുത്തിമുറിവേല്പിക്കലാണത്. മറ്റു

ള്ളവരെ നമ്മുടെ കോപത്താൽ എരിയിക്കാമെന്നത് നമ്മുടെ അജ്ഞത.

ഇന്ന്, ഞായറാഴ്ചയാണ്. ഓഫീസും ഫയലും പ്രാരാബ്ധങ്ങളുമില്ലാത്ത ദിവസം.

ദീർഘമായി ധ്യാനം ചെയ്യാനുള്ള മാനസികാവസ്ഥയിലാണ് ഞാൻ. വിശ്രാന്തിയുടെ, ഇന്നോളമെത്തിച്ചേർന്നിട്ടില്ലാത്ത ഒരു തുരുത്തിലെത്തിച്ചേരണം എനിക്കിന്ന്. അല്പനേരത്തേക്ക് പഞ്ചേന്ദ്രിയങ്ങളെ ഭൗതികതയിൽനിന്ന് പിൻവലിക്കണം. അതേ സങ്കല്പത്തിൽ മൗനശ്രുതിയിൽ

ഒരജ്ഞാത യാത്ര. കാഴ്ചകൾ മാഞ്ഞ് ശബ്ദങ്ങൾ ബാക്കിയാകണം. ശബ്ദങ്ങളും മാഞ്ഞ് ചിന്തകൾ ബാക്കിയാകണം. ചിന്തകളും മാഞ്ഞ്..

ഹുർ ർ ർ..

ഹേയ്..

തുടക്കംമുതൽ കേൾക്കുന്നതാണ് ഈ അപശബ്ദം. ഇതെന്താണ്?

അപശബ്ദത്തിനു പിന്നാലെ, പീപ്പിവിളി.

മിക്സിയുടെ നിലവിളി. പ്രഷർ കുക്കറിന്റെ ചീറ്റൽ.

പാത്രക്കലമ്പൽ.

കുട്ടികളുടെ മുക്രയിടൽ.

പഞ്ചേന്ദ്രിയങ്ങൾ ഭൗതികതയിലേക്ക് തിരികെ.

ഇന്നേരമെല്ലാം ചെയ്തത് വെറുതെ. കാലത്തുണർന്നത്, മണിക്കൂറുകളായി ഈ ഇരിപ്പിരിക്കുന്നത്

പത്മാസനത്തിൽ മടങ്ങിയിരിപ്പുള്ള കാലിന്റെ ഒരറ്റത്തു നിന്നത് പ്രവഹിച്ചു തുടങ്ങുന്നു. മേൽപ്പോട്ട് മേൽപ്പോട്ട്..

കോപം. തീ പോലെ എരിയിച്ചുകളയുന്ന പ്രതിലോമശക്തി.

"ശാന്തമായിരിക്കൂ. ലോകം മുഴുവൻ ഒച്ചവെക്കുമ്പോളും"

ഗുരുമൊഴി.

"ഹോം വർക്ക് ചെയ്യാതെ ഗെയിം ഇല്ലാ. പോയിരിക്കെടാ. അടുക്കളയിൽ ഒരുകൈ സഹായിക്കാൻ നിക്കാതെ ഓരോരുത്തര് ധ്യാനം കൂടുന്നു. ഞാനും ഒരു എംപ്ലോയിയാ. ആകെപ്പാടെയുള്ള ഒരു ഞായറാഴ്ച. റെസ്റ്റ് എന്നു പറഞ്ഞത് എനിക്കില്ല. ഈ കുട്ടികളൊന്ന് വലുതാവട്ടെ. കാണിച്ചു തരാം. ഈ വീടുവലിച്ചെറിഞ്ഞു ഞാനൊരു പോക്ക് പോകും ഉറപ്പ്."

അവൾ.

ഭൗതികതയും ആന്തരികതയും.

ധ്യാനവും ജീവിതവും.

ധ്യാനത്തിന്റെ, ശാന്തിയുടെ, കയറിപ്പോയ പലപടവുകൾ.

ഉള്ളിലെ കടൽകാണാൻ പുറപ്പെട്ട യാത്ര. നിഷ്ഫലമായ മടങ്ങിവരവിന്റെ നിരാശ.

ഗുരോ... ഇന്നത്തേക്ക്, ഇന്നത്തേക്ക് ക്ഷമിയ്ക്കൂ.

ഒരു നിമിഷത്തേക്ക് ഞാൻ അങ്ങയുടെ പാഠങ്ങൾ വിസ്മരിക്കട്ടെ.

അവളെയിന്നു ഞാൻ...

●

ഏകാന്തം

അങ്ങനെ ചിലയുച്ചകളിൽ ഞാൻ തിരിച്ചറിയുകയാണ്, ഏകാന്തത മരണമാണെന്ന്. ആർക്കും മനസ്സിലാകുന്നേയില്ല, കൂടെ ആരുമില്ലാത്തതല്ല എന്റെ ഏകാന്തതയെന്ന്.

ഞാനിറങ്ങിപ്പോരുന്നതോടെ വീട് ഒരു പക്ഷിയെപ്പോലെ എങ്ങോട്ടോ പാറിപ്പോകുന്നു.

വെയിൽ പുരണ്ട മനുഷ്യർ എന്നെ കടന്ന് തിരക്കിട്ട് പോകുന്നു.

ആൾക്കൂട്ടത്തിൽ ഞാനെന്റെ കൂട്ടുകാരെ, അമ്മയെ, അച്ഛനെ കാണുന്നു.

വാടിയ പൂമാലകൾ കൊണ്ടൊരു പൂക്കാരി, തീർത്തും നിശ്ശബ്ദനായ ശീതള പാനീയക്കാരൻ, ആരെയോ കാത്തു നില്ക്കുന്നൊരു പെൺകുട്ടി, ഒക്കത്തൊരു കുഞ്ഞുമായി ഭിക്ഷാടനക്കാരി, എല്ലാറ്റിനെയും നിയന്ത്രിക്കാനൊരു പൊലീസുകാരൻ..

ഞാനെപ്പോഴും ആൾക്കൂട്ടങ്ങളിലാണ്, ഏകാന്തതയിലും.

കുട്ടിക്കഥകളിലെ അദൃശ്യ.

ആരെങ്കിലും ഒന്ന് കേട്ടിരുന്നെങ്കിൽ, ഞാൻ പറയുന്നതെന്തെന്ന്.

●

വേഷങ്ങൾ

"**സാ**രി തന്നെയാണ് ഏറ്റവും ഉൽകൃഷ്ടമായ വേഷം. അത് എന്നും സമകാലികമായിരിക്കുന്നതുതന്നെ അതിനുള്ള തെളിവാണ്.

എന്തെല്ലാം വേഷങ്ങൾ വന്നു? ഒന്നും സാരിയെ ഇല്ലാതാക്കിയില്ലല്ലോ.

അതുമാത്രമല്ല, ഒരുപാട് പരീക്ഷണങ്ങൾക്ക് സാദ്ധ്യതയുള്ള, എങ്കിലും അടിസ്ഥാനപരമായി അടക്കവും ഒതുക്കവും കുലീനതയും വിടാത്ത ഒരേയൊരു വേഷമല്ലേ അത്? അന്തസ്സിന്റെയും ആഭിജാത്യത്തിന്റെയും പ്രതീകം.

ഏതു ശരീരത്തിനുമിണക്കമുള്ളത്."

ആദ്യമായി സാരിയുടുത്തെത്തിയ സഹപ്രവർത്തകയുടെ തെളിവയറ്റിലെ നാലാമത്തെ കാക്കപ്പുള്ളിയും ഒളികണ്ണാലെണ്ണിത്തീർത്ത്,

അയാൾ സാരിയെക്കുറിച്ച് വാചാലനായി.

●

കരച്ചിലും ചിരിയും

വർഷങ്ങൾക്കപ്പുറത്തുനിന്ന് പഴയ കാമുകൻ കാണാനായി വന്നു.

ഉച്ചവെയിലിൽനിന്നു മാറി ഞങ്ങളൊരു മരച്ചോട്ടിലിരുന്നു.

വാക്കുകൾ തൊണ്ടയിൽ തടഞ്ഞു തടഞ്ഞ്, അവന് ശ്വാസംമുട്ടി.

അവൻ മെല്ലിച്ചും വിയർത്തും വിവശനായും കാണപ്പെട്ടു.

ഉപേക്ഷിച്ചു പോയവന്റെ ജാള്യം, മറച്ചുകളയാനാവാത്ത വിധം അവന്റെ ഭാവങ്ങളിൽ അലിഞ്ഞു ചേർന്നിരിപ്പുണ്ടായിരുന്നു.

നിരാശനിറഞ്ഞ ജീവിതത്തെക്കുറിച്ചോ സ്നേഹരഹിതയായ ഭാര്യയെക്കുറിച്ചോ പ്രിയപ്പെട്ട കുഞ്ഞുങ്ങളെക്കുറിച്ചോ അവനെന്തോ പറയാൻ ഭാവിച്ചു.

കേൾക്കുന്നതിനപ്പുറം മറ്റൊന്നും ചെയ്യാനില്ലാത്ത നിസ്സംഗതയോടെ ഞാനത് ചെയ്യുമ്പോൾ, പൊടുന്നനെ അവൻ പൊട്ടിക്കരയാൻ തുടങ്ങി.

“നീ മാറിപ്പോയി.. നീ മാറിപ്പോയി” എന്ന് ഇടയ്ക്കവൻ പിറുപിറുത്തു.

“കുഞ്ഞു കാറ്റത്തുപോലും വിറകൊള്ളുന്ന ഒരിലയെപ്പോലെയായിരുന്ന നീയിപ്പോൾ അത്രയ്ക്കുറച്ചും ശാന്തമായും..”

ഞാൻ ചിരിച്ചു.

തുറന്നു ചിരിച്ചു.

അത്രയ്ക്കും നിറഞ്ഞു ചിരിക്കാനാവുന്നത് കടൽകണക്ക് കരഞ്ഞു തീർത്ത ഭൂതകാലമുള്ളവർക്കാണെന്ന് ഞാനവനോട് പറഞ്ഞില്ല.

●

കുലസ്ത്രീ

'കുലത്തിൽപ്പിറന്ന പെൺകുട്ടികളിങ്ങനെ മരം കയറാൻ പാടില്ലെ'ന്ന് പറഞ്ഞ് തുഞ്ചത്തിലൊരു കൊമ്പിൽ കാറ്റുകൊണ്ടിരുന്ന എന്നെ, അമ്മ താഴേക്കിറക്കുന്നു.

തർക്കിച്ചും പറഞ്ഞും ഞാനിറങ്ങുന്നു,

പിന്നെയൊരിക്കലമ്മ പമ്മിപ്പമ്മി വന്നു പറയുന്നു

"നീയാമരത്തിക്കേറി രണ്ടു പച്ചമാങ്ങാ പറിച്ചു താ.

നല്ലൊരു ചമ്മന്തി തിന്നാൻ തോന്നീട്ട് വയ്യ."

"അല്ലമ്മാ ഞാൻ കയറാം. പക്ഷേ, ഈ കുലമഹിമയുടെ കാര്യം..?"

ഞാൻ ഒളികണ്ണാൽ നോക്കുന്നു.

"നീയൊന്ന് വേഗം കയറ് പെണ്ണേ.

മാങ്ങാച്ചമ്മന്തി തിന്നാൻ കൊതിയിളകി നില്ക്കുമ്പോളാണ് അവളുടെയൊരു കുലം."

●

കണ്ണി-ഒരാധുനികകാല ഹ്രസ്വചിത്ര തിരക്കഥ

സീൻ 1

സാമാന്യം വലിപ്പമുള്ള ഒരു പച്ചക്കറിത്തോട്ടത്തിൽ കണ്ണുകളൊഴികെ മുഖമാകെ അടച്ചു കെട്ടിയ ഒരാൾ കീടനാശിനി സ്പ്രേ ചെയ്യുന്നു. അത് നോക്കിക്കൊണ്ട് ദൂരെനിന്നും തോട്ടമുടമ അയാളോട് വിളിച്ചുപറയുന്നു. “അടിച്ചു വിട്ടോടാ. ഒരു പുഴുപോലും അറിയാതെങ്ങാനും നമ്മടെ തോട്ടത്തിന്റെ പരിസരത്ത് വരര്ത്."

കീടനാശിനി തളിക്കുന്ന ചെറുപ്പക്കാരൻ ഒരു നിമിഷം ഉടമയെ നോക്കുന്നു.

“ഏട്ടോ ഒരു പൂമ്പാറ്റ പോലും പാറില്ല പരിസരത്തൊന്നും. ഉറപ്പ്. അല്ല, വീട്ടില് ഇത് തന്നെയാണോ കഴിക്കുന്നെ?”

തോട്ടമുടമ തോളിലെ തോർത്തെടുത്ത് തലയിൽ കെട്ടിക്കൊണ്ട് പൊട്ടിച്ചിരിക്കുന്നു.

“ഹാ ഹാ ആര്? അതെങ്ങനാടാ ചെക്കാ.. വീട്ടിൽക്കുള്ളത് ദാ.. അവിടെ.” കുറച്ചകലെയുള്ള ചെറിയ തോട്ടം ചൂണ്ടിക്കാട്ടുന്നു.

“അത് ജൈവാ.. ജൈവം. അതിന്റെ പരിസരത്ത് നിന്നെ ഞാൻ കടത്തില്ല.”

ഉടമ പതിയെ ജൈവ തോട്ടത്തിലേക്ക് നടക്കുന്നു. അന്നേക്ക് ആവശ്യമുള്ള പച്ചക്കറികൾ പൊട്ടിക്കുന്നു. തിരികെ വീട്ടിലേക്ക് കയറുമ്പോൾ ധൃതിപ്പെട്ട്, യൂണിഫോമിൽ പുറത്തേക്കിറങ്ങുന്ന എട്ടുവയസ്സുകാരി മകളും പത്തു വയസ്സുള്ള മകനും.

“അച്ഛാ... തിന്നാൻ വല്ലോം വാങ്ങിക്കോട്ടെ?”

രണ്ടു പേരും കൈനീട്ടി നില്ക്കുന്നു. രണ്ടു പേർക്കും പണം കൊടു

ക്കുന്ന പച്ചക്കറിക്കാരൻ. വാതില്ക്കൽ നില്ക്കുന്ന ഭാര്യ. മുറ്റത്ത് നിർത്തിയിട്ട ഓട്ടോറിക്ഷയിൽ നിറയെ വിഷംപുരണ്ട വാഴക്കുലകൾ.

"ഞാനിറങ്ങാ. മാർക്കറ്റിൽ കൊടുക്കണം."

സീൻ 2

തൊഴുത്ത്. നാലഞ്ചു പശുക്കൾ. കറന്ന പാലുമായി വരുന്ന ഷർട്ടിടാതെ ലുങ്കി മാത്രമുടുത്ത മദ്ധ്യവയസ്കൻ.

"കൊഴുപ്പ് വല്ലാതെ കൊറഞ്ഞു "

കുറച്ചു പാലെടുത്ത് അയാൾ പിറു പിറുക്കുന്നു.

"ടീ..നമുക്കുള്ളതാ. അങ്ങ് മാറ്റിവയ്ക്ക്..."

അയാൾ കൊടുത്ത കുപ്പിയുമായി അകത്തേക്ക് പോകുന്ന ഭാര്യ. ബാക്കിയുള്ള പാലിൽ കൊഴുപ്പ് കൂട്ടാനുള്ള രാസവസ്തു ചേർക്കുന്ന പാൽക്കാരൻ.

പാൽപാത്രം കയറ്റിയ സൈക്കിളുമായി ഇറങ്ങുന്ന അയാളുടെ പത്തൊൻപതുകാരൻ മകൻ. പച്ചക്കറിക്കാരന്റെ വീടിനു മുന്നിൽ ബെല്ല ടിക്കുന്ന പയ്യൻ. ഭാര്യ, രാസവസ്തുചേർത്ത പാല് വാങ്ങി അകത്തേക്ക്.

ഹോട്ടലിലേക്കുള്ള പാലുമായി പയ്യൻ തിടുക്കപ്പെട്ട് പോകുന്നു.

സീൻ 3

റോഡരികിലെ കുളം. വെള്ളം കാഴ്ചയിൽ തന്നെ മലിനമാണ്. വെള്ളമെടുക്കുന്ന പയ്യൻ അതുമായി കുറച്ചപ്പുറത്ത്, റോഡരികിലെ അവന്റെ ജ്യൂസ് കടയിലേക്ക്.

"ഒരോറഞ്ചു ജ്യൂസ് "

വിയർത്തു കുളിച്ചെത്തുന്ന പാൽക്കാരന്റെ മകന്, പയ്യൻ മോശം വെള്ളത്തിൽ കൃത്രിമ നിറവും ഓറഞ്ചു ഫ്ളേവറും പേരിന് രണ്ടല്ലികളുമിട്ട് ജ്യൂസ് കൊടുക്കുന്നു. പാൽക്കാരന്റെ പയ്യൻ ദാഹത്തോടെ കുടിക്കുന്നത് ഇടംകണ്ണിട്ടു നോക്കുന്ന കടക്കാരൻ.

സീൻ 4

പച്ചക്കറിക്കാരൻ വിറ്റ വാഴക്കുല മാർക്കറ്റിൽനിന്ന് വാങ്ങുന്ന ചിപ്സ് കടക്കാരൻ. അയാളുടെ കടയിൽ ആവർത്തിച്ചുപയോഗിച്ച് കരിഞ്ഞ എണ്ണയിൽ വറുത്തെടുക്കുന്ന നിറം പുരട്ടിയ നേന്ത്രക്കാ ചിപ്സ്. സ്കൂൾ വിട്ടു വരുന്ന പലനിറ യൂണിഫോം കുട്ടികൾ. പച്ചക്കറിക്കാരന്റെ മക്കളും പാൽക്കാരന്റെ മകനും കൊറിച്ചുകൊണ്ട് പോകുന്നു.

വലിയ വട്ടിയിൽ തിളച്ചു കൊണ്ടേയിരിക്കുന്ന കറുകറുത്ത എണ്ണ.

സീൻ 5

ഇടത്തരം ഹോട്ടൽ. പലവിധ വിഭവങ്ങളുടെ ഫ്ളെക്സ് ബോർഡ് പുറത്ത്. ജ്യൂസ് കടക്കാരനും ചിപ്സ് കടക്കാരനും പാൽക്കാരനും പച്ച ക്കറിക്കാരനും വന്നിരിക്കുന്നു. ഹോട്ടലിന്റെ വൃത്തിഹീനമായ അടുക്കള.

പലവിധ കൃതിമക്കൂട്ടുകളിലും നിറങ്ങളിലും മുക്കി കരിഞ്ഞ എണ്ണ യിൽ വറുത്തു കോരുന്ന കോഴിയിറച്ചി. തരം പോലെ ഇടകലർത്തുന്ന പഴകിയ മാംസം. രാസവസ്തുക്കളുണ്ടാക്കുന്ന രുചിമണങ്ങൾ. എല്ലാവരും മായം കലർന്ന ഭക്ഷണം ആസ്വദിച്ച് കഴിക്കുന്നു.

സീൻ 6

പച്ചക്കറിക്കാരൻ പാൽക്കാരനെ ചൂണ്ടി പറ്റിച്ചെന്ന് കള്ളച്ചിരി ചിരിക്കുന്നു. പാൽക്കാരൻ പച്ചക്കറിക്കാരനെ നോക്കി അതേചിരി ചിരിക്കുന്നു. പാൽക്കാരന്റെയും പച്ചക്കറിക്കാരന്റെയും മക്കളെ നോക്കി ചിപ്സ്കട ക്കാരനും അയാളെ നോക്കി ജ്യൂസ് കടക്കാരനും ഊറിച്ചിരിക്കുന്നു. അവർ നാലു പേർക്കും കൃത്രിമ വസ്തുക്കൾ ചേർത്തതും പഴകിയതുമായ ഭക്ഷണം വിളമ്പിയ ഹോട്ടലുടമ എല്ലാവരെയും പറ്റിച്ച ചിരി ചിരിക്കുന്നു.

സീൻ 7

ആശുപത്രി വരാന്ത. ജ്യൂസ് കടക്കാരനും പാൽക്കാരനും പച്ചക്കറിക്കാരനും ഹോട്ടലുടമയും ചിപ്സ് കടക്കാരനും കുടുംബങ്ങളും കാത്തിരിക്കുന്നു. പച്ചക്കറിക്കാരൻ അകത്തേക്ക് കയറുന്നു. മറ്റുള്ളവർ ഊഴം കാത്തിരിക്കുന്നു.

●

ഞാൻ

അമ്മയെ, തള്ളാർക്കുള്ള വീട്ടിലയയ്ക്കാൻ പറഞ്ഞത് അവളാ. കേട്ടപ്പോൾ എനിക്കും തോന്നി; ഇത്തിരി വേദനിച്ചെങ്കിലും.

കൊച്ചിനെ, വലിയ ഫീസുകാരുടെ സ്കൂളിലയയ്ക്കാൻ പറഞ്ഞത് അവളാ. കേട്ടപ്പോൾ എനിക്കും തോന്നി; ഓട്ടക്കീശയായിട്ടും.

പലിശയ്ക്കെടുത്ത് വലിയ വീടാക്കാം എന്നുപറഞ്ഞത് അവളാ. കേട്ടപ്പോൾ എനിക്കും തോന്നി; മുകളിലാകാശവും താഴെ ഭൂമിയുമായിട്ടും.

വീടിനുള്ളം കൊട്ടാരംപോലെ ഗംഭീരമാക്കാൻ പറഞ്ഞത് അവളാ. കേട്ടപ്പോൾ എനിക്കും തോന്നി; കരച്ചിൽ വന്നിട്ടും.

ഒടുവിലിപ്പോൾ ഐസ്ക്രീമിൽ നഞ്ഞൊഴിച്ചും കരഞ്ഞും പിഴിഞ്ഞും എനിക്കും കൊച്ചിനും നീട്ടുന്നത് അവളാ. കേട്ടപ്പോൾ എനിക്കും തോന്നി, പേടിയായിട്ടും.

●

താരപരിണയം

വാർത്ത കണ്ടതിനു ശേഷം ഒരസ്വസ്ഥത വന്നതാണ്. ആരോ കൈ നഖങ്ങൾ കൊണ്ട് ഉള്ളുപോറുന്ന പോലെ. ഒരു കറുമ്പൻ പൂച്ചയുടെ നഖ മൂർച്ച കൊണ്ടെന്ന പോലെ ഒരസ്വസ്ഥത. വേദനയല്ല, അസ്വസ്ഥത. നിങ്ങ ളത് മാറ്റിപ്പറയാൻ ശ്രമിക്കേണ്ട. എനിക്ക് ദേഷ്യം വരും. അല്ലെങ്കിൽ തന്നെ എനിക്ക് ദേഷ്യം വരുന്നുണ്ട്. ശരിയാണ്. എണീക്കാൻ ഇത്തിരി വൈകി. അപ്പോഴേക്ക് "ഇന്ന് സ്കൂളില്ലേ?" എന്നൊരായിരം വട്ടം ചോദിച്ചു, അമ്മ. ശരിയാണ്, എനിക്ക് രാവിലെ എണീക്കാൻ ഇത്തിരി മടിയാണ്. അലാറം വച്ചിട്ട് വലിയ കാര്യമൊന്നുമില്ല. ഞാനത് ഓഫ് ചെയ്ത് പിന്നെയും കിട ന്നുറങ്ങും. അതാണ് വിളിക്കാൻ അമ്മയെ ഏല്പിക്കുന്നത്. അതിന്.. അതിനിങ്ങനെ ബോംബിടുംപോലെ വിളിക്കണോ? കള്ളുകുടിച്ചുപൂസായി ബോധംപോയി കെടപ്പാണോ ഞാൻ?

അപ്പോളതാ 'ഉറക്കം മുറിച്ചതിനു സോറി. ഹാപ്പി വെഡ്ഡിങ് ഡേ' എന്നൊരു മെസ്സേജ് വാട്സ് ആപ്പിൽ. ഒരു പന്ന സ്മൈലിയും.

ശരത്താണ്. വൃത്തികെട്ടവൻ.

ഇവമ്മാരൊക്കെ സെല്ലിൽ ഉറങ്ങി ഉണരുവാണോ?

രാവിലെ തുടങ്ങിക്കോളും, ചൊറിയാൻ ആരെയെങ്കിലും തപ്പിയുള്ള നടപ്പ്.

"ഇന്ന് ഇന്റേണൽ എക്സാം അല്ലേ മോളെ?"

അച്ഛൻ.

അതെ, ഇന്റേണൽ എക്സാം തന്നെ.

ആദ്യത്തേതൊന്നുമല്ലല്ലോ.. ഞാൻ സാമാന്യം ബോധമുള്ള ഒരുത്തി യല്ലേ? ഇന്റേണൽ എക്സ്റ്റേണലിനെക്കാളും വലുതൊന്നുമല്ലല്ലോ

ഇത്ര കാര്യായിട്ട് പരീക്ഷയെപ്പറ്റി പറയാൻ? ഇനി ഞാൻ വല്ലതും പഠിച്ചിട്ടുണ്ടോ എന്നാണെങ്കിൽ സോറി, ഇല്ലാ. ഒരു പരീക്ഷാപഠിപ്പൊന്നും

പഠിച്ചിട്ടില്ല. മണ്ടേൽ ഉള്ളത് ഉണ്ടാകും. അത്ര തന്നെ.

ഊഷ്. ഇന്നലത്തെ എന്റെ നരകം. അത് ആർക്കെങ്കിലും അറിയുവോ? രാത്രി വാർത്തയിലാണ് ഞാൻ പെട്ടെന്ന് അത് കണ്ടത് ..എന്റെ ഫേവരിറ്റ് ആക്ടർ, രാജ് കല്യാണം കഴിച്ചത്.

ഏതോ ഒരു ദിയയെ.. ആക്ട്രെസ് ഒന്നുമല്ല. കാണാൻ കോപ്പില്ലാത്ത ഏതോ ഒരുത്തി.

അസൂയകൊണ്ട് പറയുകയല്ല. സത്യം. അല്ലെങ്കിൽ എനിക്കെന്തിനാ അസൂയ? അവനെന്റെ പ്രണയമൊന്നും അല്ലാലോ..

പക്ഷേ, അവര് രണ്ടാളും മാച്ചല്ല.. അതുറപ്പാ.

ആണെന്ന് ആര് പറഞ്ഞാലും ഞാൻ സമ്മതിച്ചു തരുകേമില്ല. ഞാനോർക്കുന്നത് അവനിങ്ങനെ നാട്ടാർക്ക് ഒരു മാജിക് സർപ്രൈസ് തന്നു കല്യാണംകഴിക്കേണ്ട കാര്യമെന്ത്.. ഇത് തമിഴ്നാടാണോ അവൻ കല്യാണം കഴിച്ചൂന്നുകേട്ട് പെണ്ണുങ്ങൾ തൂങ്ങിച്ചാവാൻ..? ഏതായാലും ഞാൻ ചാവില്ല. അതുറപ്പാ.

ഓരോരോ കാട്ടിക്കൂട്ടല്. ആ ഹ്... സ്റ്റാർസ് അല്ലേ.. അങ്ങനൊക്കെ വേണമായിരിക്കും. നമ്മള് കൊറേ ആൾക്കാര് വിഡ്ഢികള്.. എഫ് ബീല് ഗ്രൂപ്പും കോപ്പും ഒക്കെയായിട്ട്..

ഒരു കാര്യം ഫ്രാങ്കായിട്ട് പറയാം. എനിക്കവനെ വലിയ ഇഷ്ടാരുന്നു. ഇടയ്ക്കിടെ സ്വപ്നോം കാണാറുണ്ട്. ഒരു സംശയോല്ല. അത് അവന്റെ ആദ്യത്തെ പടം കണ്ടപ്പോ മുതൽക്കു അങ്ങനെ തന്നെയാണ്. അന്ന് കൂടെ പോന്നതാ ഉള്ളിലെ ഈ കൊളുത്ത്. പിന്നങ്ങോട്ടേക്ക് പ്രൊഫൈൽ പിക്കും സ്ക്രീൻ സേവറും ഡസ്ക് ടോപും ഒക്കെ അവനായിരുന്നു. എന്തിനു മുറീടെ ചുവരില് വരെ. ജീവിതത്തില് ആദ്യായിട്ട് ഇടിച്ചു വാങ്ങിച്ച ഒരേയൊരു ഓട്ടോഗ്രാഫും അവന്റെയാ.

സ്റ്റാർ മാത്രല്ല, എന്റെ റോൾമോഡൽ കൂടി ആയിരുന്നില്ലേ ..

എടുത്തടിച്ച മറുപടികളും സ്വന്തം ഇഷ്ടങ്ങളും ഒക്കെയായിട്ട്.. ശരിക്കും ആരാധന തന്നാരുന്നു.. എന്റെ ഡ്രീം മാൻ..

ഡ്രീം മാൻന്നു പറേണതു പോസിറ്റീവ് ആയി എടുത്താ മതി.

കേട്ടല്ലോ..?

ഊ.. അടുത്താള് വരുന്നുണ്ട്. അനിയച്ചാര്. കൈയില് പത്രാണല്ലോ. ടീവീല് കണ്ടത് പോരെ ആവോ..

ഒരു കളിയാക്കിച്ചിരിണ്ട് അവന്റെ മുഖത്ത്.. ഉണ്ട്..

"ചേച്ചീ ഇതാ ഹീറോ കൈയീന്ന് പോയി"...

അവൻ പത്രം ഉയർത്തിക്കാട്ടുന്നു. കോടിനിറമുള്ള സിൽക്ക് ഷർട്ടും മുണ്ടും. നെറ്റിയിൽ ചന്ദനപ്പൊട്ട്. ആ ചിരി..

"ഡാ, പൊട്ടാ എനിക്ക് കണ്ണില്ലേ കാണാൻ" എന്ന്, കുരങ്ങനെപ്പോലെ ചാടി മാറുന്ന അവന്റെ മുഖത്തൊരു മാന്തു വെച്ചു കൊടുത്തു.

സത്യായിട്ടും ഒന്ന് സ്കൂളിലെത്തിയാ മതി. എന്നാ അവടത്തേം കൂടി അങ്ങ് കഴിഞ്ഞുകിട്ട്യാ സമാധാനാവ്വോല്ലോ.

ആ.. അമ്മ തൊടങ്ങില്ലോ.

"കുളിക്കാതാണോ പോക്ക്?"

അതെ. കുളിച്ചില്ല. ഒരു ദിവസം കുളിക്കാതിരുന്നതു കൊണ്ട് ആരും മരിച്ചിട്ടൊന്നും ഇല്ലല്ലോ? ഉവ്വോ?

വേണ്ട. ബ്രേക്ക് ഫാസ്റ്റും വേണ്ടാ. ആ വൃത്തികെട്ട പുട്ടും കടലയും ഇന്നൊരുദിവസം ഞാൻ കഴിക്കുന്നില്ല. പോരെ?

പതിവുപോലെ എന്റെ സെക്കന്റ് ഹാന്റ് സ്കൂട്ടി പെപ്പ് സ്റ്റാർട്ടാവില്ലാരിക്കും. പത്തായിരം വാങ്ങിച്ച് ഈ ശകടം എന്റെ മുറ്റത്തു കൊണ്ടിട്ട അപ്പുറത്തെ രാജേട്ടൻ തുലഞ്ഞു പോട്ടെ.

അന്നേ അച്ഛന്റെ പിശുക്കിനോട് ഞാൻ പറഞ്ഞതാ ഒരു പുതിയ ആക്ടിവ മതീന്ന്. കേട്ടില്ല.

ആഹ്! മഴയും പെയ്തു. സന്തോഷായി ഗോപിയേട്ടാ.

സ്റ്റാർട്ടാവുന്നില്ല.

നനഞ്ഞങ്ങ് പോവാം.

●

ബീഫ് നിരോധനം

ശരിക്കും വിശന്നുപൊരിഞ്ഞിട്ടായിരുന്നു മത്ത്യാസ് ആ വ്യാഴാഴ്ചയും സുബ്രൂന്റെ ഹോട്ടലിൽ കയറിയത്. സുബ്രു എന്നുവച്ചാൽ സുബ്രഹ്മണ്യൻ. മത്ത്യാസിന്റെ കൂടെ പഠിച്ചു കളിച്ചു വളർന്നു നരച്ചവൻ. ഈ ഹോട്ടലിൽ കയറ്റം, അത് മത്ത്യാസിന് പതിവുള്ളതാണ്. അവനീ ഹോട്ടൽ തുടങ്ങിയ മുതലുള്ള ശീലം. രാവിലത്തെ, കൊഴുപ്പലിയിക്കാനുള്ള നടത്തം കഴിഞ്ഞു വരുന്നവഴി ഒരു നാരങ്ങാച്ചായ, അല്ലെങ്കിലൊരു ചൂടൻ ഇഞ്ചിച്ചായ. പഞ്ചസാര ചേർക്കാതെ ഒരൊറ്റ വലി. സകല ക്ഷീണവും പോവും. പിന്നെ ചില്ലറ രാഷ്ട്രീയം, പരദൂഷണം, പൊങ്ങച്ചം. ചതുരച്ചില്ലലമാരിക്കകത്തിരുന്നുകൊണ്ട് 'എന്നെ തിന്നൂ എന്നെ' യെന്നു വഴി തെറ്റിക്കാനിരിക്കുന്ന വടയും സുഖിയനും ബോണ്ടയും പഴം പൊരിയും. അതിലൊന്നും വീഴില്ല മത്ത്യാസ്. 'തിന്നു ദീനം വന്നുകിടന്നാ എന്റെ പട്ടി നോക്കും' എന്ന, ലൂസിഗീർവാണം കേട്ടു പേടിച്ചിട്ടുതന്നെ. അവളെ പേടിച്ചാണ് ജീവിതമെങ്കിലും വെള്ളിയാഴ്ചകളിൽ മത്ത്യാസിനൊരു പതിവു തോന്നലുണ്ടാകും. നടപ്പ് കഴിയുമ്പോൾ തോന്നും, 'ദേഹത്തെ കൊഴുപ്പ് വല്ലാതെ കുറഞ്ഞല്ലോ. ഒന്ന് ബാലൻസ് ചെയ്യണമല്ലോ' എന്ന്. അതൊരശരീരിയാണ്. ഉള്ളിൽനിന്ന്, അശരീരിക്ക് പിന്നാലെ മത്ത്യാസ് നീട്ടി വിളിക്കും. "സുബ്രോ..... മൂന്ന്.. അല്ല രണ്ടു പൊറോട്ടേം ബീഫും."

വെള്ളിയാഴ്ചകളിലാണ് സുബ്രൂന്റെ ഹോട്ടലിലെ 'ബീഫ് ഡേ.' സ്വർഗ്ഗീയരുചിയിലുള്ള അവന്റെയാ വയ്പ്പ്. സാധനമിങ്ങ് മേശമേൽ വന്നാൽ മൂക്കും കുത്തിവീഴും. അതങ്ങനെയാണ്. തിന്നു സുഖിച്ചു ജീവിച്ചതൊന്നുമല്ല. കുട്ടിക്കാലത്തൊക്കെ പട്ടിണി വായും തുറന്ന് നോക്കിനിന്നിട്ടുണ്ട്, ഗ്രേസിച്ചേച്ചി അവരുടെ വീട്ടിലെ പട്ടിയെ പോത്തിറച്ചി തീറ്റുന്നത്. ആ പട്ടിയായെങ്കിലെന്ന് കർത്താവിനോട് പ്രാർത്ഥിച്ചിട്ടുണ്ട്. "ഓടടെ

ചെറുക്കാ റോക്കിക്ക് കൊതി പറ്റുമെ"ന്ന് ആട്ടി വിട്ടിട്ടുണ്ട്. എന്തൊരു മൊടയായിരുന്നു, പട്ടിക്കും പെണ്ണുമ്പിള്ളയ്ക്കും! അന്നേരമാ പട്ടിക്കൊരു ഇളിയുണ്ടായിരുന്നു.. ഒരാക്കിക്കുരയും. അത് സഹിക്കാൻ പറ്റത്തില്ലായിരുന്നു. എത്ര വെള്ളമിറക്കിയതാണ് കർത്താവേ... ആ വെള്ളമെല്ലാം കൂട്ടിച്ചേർത്താൽ ഒരു പുഴയ്ക്കുള്ള വകുപ്പുണ്ടാകും. കൊല്ലം കുറെ കഴിഞ്ഞിട്ടാണെങ്കിലും ആ ബീഫാണിപ്പോൾ ആവി പറത്തിക്കൊണ്ടും 'എല്ലാ നായിനും ഒരു ദിവസമുണ്ട് മത്ത്യാസേ' എന്നോർമ്മപ്പെടുത്തിക്കൊണ്ടും മുന്നില് നിറഞ്ഞു കിടക്കുന്നത്. അന്നേരം തിന്നാനൊക്കില്ലെങ്കിൽ പിന്നെന്ത് ജീവിതമാണാ ജീവിതം?..

തീറ്റ, ഭൂതകാലത്തിനോടുള്ള ഒരു പ്രതികാരമാണെന്ന് ബീഫ് കാണുമ്പോളൊക്കെ മത്ത്യാസിനു തോന്നും. അതൊരാവേശമാണ്. അവനവനോട് തന്നെയുള്ള ഒരു സ്നേഹപ്രകടനം. ഈ ബീഫ്, സുബ്രു സ്വന്തം കൈ കൊണ്ടുണ്ടാക്കണം. അതാണ് അവന്റെ സ്പെഷ്യൽ സംഗതി. ഒന്നൊന്നര സാധനം. അതങ്ങു കണ്ടാൽ ആത്മനിയന്ത്രണോമില്ല, കൊളസ്ട്രോളുമില്ല, ലൂസിയുമില്ല, ലൂസിഫറുമില്ല. ഒറ്റച്ചാട്ടമാണ്.

തിന്നുതിന്ന്, അതൊരു പതിവായി. വെള്ളിയാഴ്ച നടത്തം കഴിഞ്ഞാൽ നേരെ രണ്ട് പൊറാട്ടേം ഒരു പ്ലേറ്റ് പൊരിച്ച പോത്തും. ബാക്കി ആറു ദിവസോം ബീഫ് രഹിതം.

ഇന്നും അത്രയേ ഉണ്ടായുള്ളൂ. വെള്ളിയാഴ്ചയുമായിരുന്നു.

"സുബ്രൂ..ഡാ "

വിയർപ്പാറ്റാൻ പത്രമെടുത്തു വീശിവീശിക്കൊണ്ട് മൂക്ക് വിടർത്തി കൊതിമണം വലിച്ചെടുക്കാൻ ശ്രമിച്ചുകൊണ്ട് മത്ത്യാസ് ഒരമറലായിരുന്നു. സുബ്രുവന്നേരം പതിവില്ലാതെ തുറിച്ചു തുറിച്ചൊരു നോട്ടം. മത്ത്യാസ് ഒന്നു വിരണ്ടു. ഇതെന്തൊരു നോട്ടം?

ഇനിയിപ്പോ ധൃതിവച്ചതിനാണോ? അതിപ്പോ ഇടയ്ക്കിടയ്ക്കുള്ളതല്ലേ..

"വെശന്നിട്ടാ. ഒരുമണിക്കൂറാ വലിഞ്ഞുനടന്നേ" പതിവ് മേശയിൽ കാത്തിരിക്കുമ്പോൾ മത്ത്യാസ് ഒരൊത്തുതീർപ്പൊച്ചയിൽ പതുക്കെപ്പറഞ്ഞു. അപ്പോളാണ് കണ്ടത്; എല്ലാവരും തുറിച്ചുനോക്കുന്നൊരു നോട്ടം. സുബ്രൂനു മാത്രമല്ല, അവിടെയുള്ള ചില ആൾക്കാർക്കും എന്തോ ഒരു വശപ്പിശകുണ്ട്.. മത്ത്യാസിന് ഒന്നും മനസ്സിലായില്ല. അയാളൊന്നു വട്ടത്തിൽ നോക്കി. ഒന്നിനും മാറ്റമൊന്നുമില്ല ചില്ലലമാരയിൽ വട, ബോണ്ട, നെയ്യപ്പം. അങ്ങോട്ടുമിങ്ങോട്ടും ഓടിനടക്കുന്ന സുബ്രു, ആകെയുള്ള അഞ്ചു മേശകളിൽ നിറച്ചും ആൾക്കാർ, വിശപ്പ് തീർക്കലിന്റെ പല മണങ്ങൾ.

ലൂസി വച്ചതിനെക്കാളും പോത്ത് തിന്നിട്ടുള്ളത് സുബ്രൂന്റെ ഹോട്ടലിൽ നിന്നാ. സ്വന്തം പൊരേലെ അടുക്കളയേക്കാൾ പരിചയമുള്ള മണം സുബ്രുന്റെ ഹോട്ടലിന്റേതാ. എന്നിട്ടെന്താണിത് ഇവനിങ്ങനെ പോത്ത് കുത്താൻ നില്ക്കുന്ന പോലെ. "മത്ത്യാ, ഇവ്ടിനി പോത്ത് കിട്ടൂല്ല."

സുബ്രുവന്നേരം കലങ്ങിയൊരു നോട്ടം നോക്കി മുരണ്ടു. ഹോട്ടലിലുണ്ടായിരുന്ന ചിലർ അഭിനന്ദിക്കും പോലെ സുബ്രുവിനെ നോക്കി. മത്ത്യാസിന് ആധി കേറി.

ആരുടെയെങ്കിലും ഒച്ചയൊന്നുയർന്നാൽ, ഭാവമൊന്നു മാറിയാൽ മത്ത്യാസ് പരുങ്ങും. വേഗം അവിടം വിടും. കുട്ടിക്കാലത്തേ അതങ്ങനെയാണ്. സുബ്രൂന് അതറിയാം. അതുകൊണ്ട് അയാളൊന്നുകൂടി ഒച്ചകൂട്ടി.

"വേണെങ്കി ഇത് കൂട്ടിക്കോ"

എന്തോ ഒരു ദേഷ്യത്തില് അവൻ കമഴ്ത്തിയ

കറി മത്ത്യാസിന്റെ കൈയിത്തിരി പൊള്ളിച്ചു.

അയാൾ അതിലേക്കെത്തിനോക്കി. മുട്ടക്കറി.

"മുട്ടക്കറി ന്റെ പട്ടിക്ക് വേണം."

മത്ത്യാസ് ഉള്ളിൽ മുറുമുറുത്തു. പോത്തിറച്ചി തിന്നാൻ വിശന്ന വയറ്, അപ്പനുവിളി തുടങ്ങിയപ്പോൾ മത്ത്യാസ് പിന്നൊന്നും ചോദിക്കാൻ

നിന്നില്ല. പൊറോട്ട, മുട്ടക്കറിയിൽ കുഴച്ച് ദേഷ്യത്തിൽ ഞെരിച്ചു ഞെരിച്ചുടച്ചു.

"ഇത്ര കാലം അറിയാതെ പാപം ചെയ്തു. ഇനി ഞാനില്ല"

സുബ്രു എല്ലാവരും കേൾക്കാൻപാകം പറഞ്ഞു.

"ഇവിടിനി ബീഫ് നിരോധനാ. അത് തിന്നാൻ വരണോരു ഇങ്ങട് ഇനി വരണ്ടാ. ഇതുവരേം ചെയ്ത പാപത്തിന് അടുത്താഴ്ച്ച ഞാൻ പഴനീപ്പോയി പരിഹാരം ചെയ്യും."

ബീഫുംകാത്തിരുന്ന മത്ത്യാസും റാവുത്തറും അനന്തേട്ടനും ലിജോയിയും ഒപ്പമങ്ങു വാ പൊളിച്ചുപോയി.

ഗ്രേസിച്ചേച്ചി പട്ടിയെയും കൊണ്ട് മുന്നിൽ വന്നു നില്ക്കുന്ന പോലെ പൊടുന്നനെ മത്ത്യാസിന് തോന്നി.

പട്ടി, ഇറച്ചി നക്കിക്കൊണ്ടിളിക്കുന്നതായും..

"വല്ലോരും പറയണത് കേട്ട് ഓരോന്ന് ചെയ്യല്ലേ, നെന്റെ ബിസിനെസ് പോവൂടാ ബീഫില്ലെങ്കി"

ലിജോയും അനന്തേട്ടനും റാവുത്തറും സുബ്രുവിനെ സോപ്പിടാൻ നോക്കി.

"ഇവിടെ ബീഫ് വിഭവങ്ങൾ കിട്ടില്ല"

അതിനുള്ള മറുപടിപോലെ സുബ്രു, ഒരു കീറച്ചട്ടയിൽ തെക്കും വടക്കും ചിതറുന്ന അക്ഷരങ്ങളാൽ എഴുതി വച്ചു. അത് നോക്കി നില്ക്കവേ, ഒരു പ്രതികാരം പോലെ മത്ത്യാസ് പൊറോട്ടയും മുട്ടക്കറിയും തൊണ്ടയിലേക്കുരുട്ടിയിട്ടു.

മഹാപാപം

"തെരുവിലൊരു കുഞ്ഞ്, തീണ്ടാരിപ്രായമാകാത്തവൾ, ചിതറിക്കിടക്കുന്നു"

ആരോ നിലവിളിക്കുന്നു.

ആൾക്കൂട്ടത്തോടൊപ്പമോടുമ്പോൾ ശാപങ്ങൾ, പേടികൾ, സങ്കടങ്ങൾ, വാക്കുകളായിപ്പുറപ്പെട്ടു വരുന്നു.

ആൾ വൃത്തത്തിനകം ചുരുണ്ടു കിടപ്പുണ്ട് പിളർന്നൊരു കുഞ്ഞുടൽ.

നിലവിളിച്ചടയാൻ മറന്ന കുഞ്ഞു വായ, കുതറുന്ന മുടിച്ചുരുളുകൾ, കുട്ടിമിനുപ്പുള്ള കവിളുകൾ.

"പെറുക്കിക്കുട്ടി"

ആൾക്കൂട്ടമോർത്തെടുത്തു പറഞ്ഞു. ഇന്നലെയിന്നലെ പാട്ടുപാടി തെണ്ടി നടന്നവൾ. അവളുടെ കൊഞ്ചിപ്പാട്ടോർത്തെടുത്ത് പെണ്ണുങ്ങളാരോ നെഞ്ചുതൊട്ട് ശപിച്ചു.

"ഇത്തിരിപ്പോന്ന ആ കുഞ്ഞിനെയാണ്.."

അവളോളമുള്ള മകളെയോർത്ത് എന്റെ ഉള്ളു പിടയ്ക്കുന്നു.

പെട്ടെന്നൊരാൾ പകുക്കുന്നൊരശ്ലീല വാക്ക്.

അറിയാതെയെന്റെ കണ്ണും കടിഞ്ഞാൺ വിടുന്നു, അവളുടെ ചോര തുപ്പുന്ന ജനനേന്ദ്രിയം പരതുന്നു. പെട്ടെന്നുദ്ധരിച്ചു പോയൊരു വിചാരത്തെ കടിച്ചമർത്താൻ കിതച്ച് ആൾക്കൂട്ടത്തോടൊപ്പം ഞാനുമലറുന്നു, "മഹാപാപം."

●

അപൂർണ്ണം

തെറ്റിച്ച ഓരോ ഗുണനപ്പട്ടികയ്ക്കും വാസുമാഷ് എനിക്കഞ്ചുവീതം അടിതന്നിരുന്നു.

ചൊല്ലിത്തീരുമ്പോൾ തുട നിറയെ ചൂരലുമ്മകളുടെ ചുവപ്പു പൂക്കൾ. ഒടുക്കം പഠിച്ചു പട്ടികകൾ, ഉറക്കിലും ഉരുവിട്ടു.

ഇടയ്ക്കുണർന്നപ്പോൾ ചൂരൽ കൂമൻ മൂളി. മാഷ്ടെ ചോരക്കണ്ണോർത്ത് കിടന്നുമുള്ളി.

ഇന്നിപ്പോൾ കണക്കെല്ലാം ശരി. കൂട്ടലും കിഴിക്കലും ഹരണവും ഗുണനവും.

എന്നിട്ടും പിഴയ്ക്കുന്നു, ജീവിതം കണക്കുകൂട്ടുമ്പോൾ.

●

ഒരു ഫേസ്ബുക്ക് ഇൻബോക്സ് കഥ
(ഏകാംഗം)

Mon at 10:00AM

ഹായ് രശ്മി

....

Mon At 10:02AM

ഹലോ. ഞാൻ നവീൻ. തനിക്കൊരു റിക്വെസ്റ്റ് അയച്ചിട്ടുണ്ട്. പ്ലീസ് അക്സെപ്റ്റ്.

....

Mon at 10:05AM

ഹായ്, നമുക്ക് പരിചയപ്പെടാമോ?

....

Tue at 2:00 PM

ഹായ്.. ഹലോ

....

Tue at 2:02 PM

ഹലോ

വീട് എവിടെയാണ്? എന്ത് ചെയ്യുന്നു?

....

Tue at 2:03 PM

ഹലോ

....

Wed at 6:00 PM

ഗുഡ് ഈവനിങ്. എന്താ പരിപാടീസ്?

....

Wed at 6:02 PM
ഡിയർ ഹൗ ആർ യു? വേർ യു നൗ?

....

Wed at 6:05 PM
കൂയ്

....

Wed at 6:07 PM
ഹേയ്.. മഴയുണ്ടോ? പ്ലീസ് അക്സെപ്റ്റ് മൈ റിക്വസ്റ്റ്. പ്ലീസ്...

....

Wed at 7:00 PM
എന്താ മിണ്ടില്ലേ മോളെ?

....

Wed at 7:05 PM
ഹലോ.. ഹല്ലോ

....

Wed at 10.30PM

ഡിയർ
ഉറങ്ങാറായില്ലേ? ഗുഡ് നൈറ്റ്

....

Wed at 11.00PM
എന്താ നീ മിണ്ടില്ലേ? നാക്കില്ലേ?

....

Wed at 11.05PM
..നീ എന്നോട് മിണ്ടണ്ട okay. പക്ഷേ, നട്ടപ്പാതിരയ്ക്ക് ഓൺലൈൻ ആയിരിക്കുന്ന നീയൊക്കെ ഏതു ടൈപ്പാണെന്ന് എനിക്ക് നന്നായറിയാമെടീ പോക്കു കേസേ.

....

Wed at 11:06PM
ഡീ... കോപ്പേ....
നീ മൈൻഡ് ചെയ്തില്ലേൽ എനിക്ക് പുല്ലാടീ ഡാഷ് മോളെ.

●

....

പരദൂഷണം

“സത്യം പറയാലോ ശാന്തേ, എനിക്കീ ദുഷിപ്പു പറച്ചിൽ തീരെ പിടിയ്ക്കില്ല. നമ്മളെന്തിനാ വല്ലോരേം കുറിച്ച് പറയണേ? പിന്നെ ചെലതു കാണുമ്പോ മനസ്സിനൊരു വല്ലാത്ത ഇതു തോന്നും. അപ്പൊ, നമ്മടെ വേണ്ടപ്പെട്ടോരോടൊന്നു മനസ്സു തൊറന്നാ അതൊരാശ്വാസാ. അത് കുറ്റം പറച്ചിലല്ലല്ലോ. പ്പോ, നോക്ക് നമ്മടെ തെക്കേ പൊരേലെ സാവിത്രീടെ കാര്യം തന്നെ. കെട്ട്യോനും പൊന്നുപോലുള്ള രണ്ട് മക്കളുംണ്ട് അവൾക്ക്. കാണാൻ തനി കരിയാണെങ്കിലും എന്തു നല്ല സൊഭാവാ അച്ചെക്കന്, കെട്ട്യോനേയ്. ദൊക്കീംണ്ടായിട്ടാ അവടെ ആ മറ്റവനുമായിട്ട്ള്ള കളി. മ്മടെ ശശ്യേട്ടന്റെ മോൻല്ലേ ആ തല തിരിഞ്ഞോൻ. നമ്മക്കറീലാട്ടോ. ഓരോരുത്തര് പറേണ്. അല്ല ഒന്നൂല്ലാതിപ്പോ മനുഷ്യര് പറയോ ശാന്തേ?.. പക്ഷേ, ഒന്ന്ണ്ടേ,ശരിക്കും നോക്കിണ്ടോ ആ രണ്ടാമത്തെ ചെക്കന്റെ നെറോം മൊഖത്തിന്റെ ഒരു ലക്ഷണോം. ചന്ദനം മുറിച്ചുവച്ച പോലല്ലേ? അവടെ കെട്ട്യോനേം അച്ചെക്കനേം ഒന്നിച്ചു കണ്ടാ ജനം പറയണേനു കാര്യണ്ട്ന്നു തോന്നും. അല്ല ആർക്കറിയാം. ഞാനൊന്നും പറയണില്ലപ്പാ. ഉള്ളിലെ ഒരു കടച്ചില് പറഞ്ഞൂന്നേള്ളൂ. നമ്മളെന്തിനാ ശാന്തേ വെർതെ ദൈവകോപം ണ്ടാക്കണേ. അല്ലേലും ഞാനാരേം മോശപ്പെട്ത്തി പറയില്ലാ. ഈ കുറ്റം പറച്ചില് കണ്ട് അല്ലെങ്കിത്തന്നെ പ്രാന്തായിട്ടാള്ളേ. ന്റെ കൂടെ ജോലീയണ മൂന്നെണ്ണം ണ്ട്. ഓ... ന്റപ്പാ!.. ഭയങ്കരാ ട്ടോ. ഒരാളങ്ങട്ട് നീങ്ങ്യ അയാടെ കുറ്റം. മറ്റയാള് ഇങ്ങട്ട് നീങ്ങ്യ അയാടെ കുറ്റം. കേട്ടാ ശാന്തേ, സഹിക്കൂലാ ട്ടോ. ന്നാ ഈ കുറ്റം പറച്ചില്കാര്യോളെ കണ്ടാലോ മൂന്നും നല്ല കരടികളെ പോലിരിക്കും. ധിം....ന്ന്. ദെണ്ണിപ്പുകണ്ടാ തോന്നും ഇവറ്റൊളൊക്കെ കാണാൻ സിനിമാക്കാര് പെണ്ണുങ്ങളെ പോലാണ്ന്ന്. ആ കൂട്ടത്തില് കൊറച്ചു ആണുങ്ങളുംണ്ട് ശാന്തേ. ന്റപ്പാ!.. ആണുങ്ങക്ക്

ഒര് നെലേം വേലേംല്ലേ? അങ്ങനാ ഞാനാദ്യം കരുതീർന്നേ. ങ്ങനെ പെണ്ണുങ്ങള്ളു പറയണ കുറ്റം പറച്ചില് ഏറ്റു പാടണ ആണുങ്ങളെ ഞാനാദ്യ കാണ്ണെ.

അല്ല ശാന്തേ, ഈ സ്റ്റോപ്പില് നിക്കാൻ തുടങ്ങീട്ട് നേരം കൊറേ ആയിലോ മ്മടെ ബസ്സ് ഇല്ലാന്ന് ണ്ടാ? ആ ഡ്രൈവർ ചെക്കന് ഒരുത്തര വാദിത്തക്കൊറവ് ണ്ട് ട്ടോ. മൊബൈലിലല്ലേ ഇരുപത്തിനാലു മണിക്കൂറും. വല്ല പെണ്ണുങ്ങളോടും കൊഞ്ചി നേരം തെറ്റണാവും. മനുഷ്യര്ക്ക് എവടൊക്കെ പോവാൻള്ളതാ. നമ്മള് കണ്ട കാര്യം അങ്ങട്ട് പറയും ട്ടോ ശാന്തേ.

നോക്ക്, നോക്ക് ശാന്തേ, അപ്പോണ പെങ്കൊച്ചിന്റെ കോലം. ദാപ്പോ നന്നായെ. ന്താന്നാ ലെങ്കിൻസോ ലെഗ്ഗിൻസോ എന്താച്ചാലും തൊടേം പൊറത്തു കാട്ടീട്ടല്ലേ ആ പോക്ക്. തുണീട്ട വല്ല ലക്ഷണോം ണ്ടോ അവൾക്ക് അരയ്ക്ക് താഴെ. ഒരൊറ്റ ഒന്ന് മര്യാദക്കോലത്തില് നടക്ക

ണുണ്ടോ ശാന്തേ ഇപ്പൊ?. ഒക്കേനും ആണും പെണ്ണും കെട്ട ഒര് കോലല്ലേ അല്ല ഞാൻ ചോയ്ക്ക്യ, ഇതിന്റൊന്നും വീട്ടില് കൈക്ക് എല്ല്ള്ള ആണ് ങ്ങളില്ലേവോ? ഹ് ഹ.. ആണുങ്ങള്. അതാപ്പോ നന്നായെ അവറ്റോൾടെ കാര്യം ത് ഭൂ.. ഒരൊറ്റ എണ്ണത്തിന് നെറിണ്ടോ? ന്റെ ഇപ്പഴ്ത്തെ സൂപ്പർ വൈസർണ്ട്. കെളവനാ. ന്നെ എടയ്ക്കെടയ്ക്ക് ഒരു വിളീണ്ട്. ഓരോ കുണ്ടാണ്ടി സംശയോം ചോയ്ച്ച്. ചോയ്ക്കണത് ജോലീന്റെ കാര്യങ്ങ ളൊക്കെ തന്നെ. ന്നാലും ന്തോ ഒരു പിടിക്കായണ്ട് നിക്യയാള്ടെ നോട്ട ത്തില്. മ്മളില്ലേ ഈ പ്രായത്തിലും മെഴുതിരി പോലെ ശൂന്ന് അങ്ങുരുകും ട്ടോ. ആ എന്തേലുമാവട്ടെ. മ്മക്കെന്ത്? ചുക്കിനും ചുണ്ണാമ്പിനും കൊള്ളൂ ല്ലാച്ചാലും ഇയ്ക്ക് ന്റെ കെട്ട്യോൻ മതി.

ദാ, ആ കൊരങ്ങു ചെക്കൻ ബസും കൊണ്ട് വരണുണ്ടേ. പത്തു മിൻറ്റാ ലേറ്റേയ്. പത്ത് മിനിട്ടിന് ഒരു പഞ്ചാ പോണേ. ഇവന്റൊക്കെ കാര്യം. കേറ് ശാന്തേ, ദാ ആ പെണ്ണ്ങ്ങൾടെ സീറ്റില് ഞെളിഞ്ഞിരിക്കണ ഒടാപ്പൻമാരെ പിടിക്കാം മ്മക്ക്. സർക്കാറ് മ്മക്ക് നീക്കിവച്ച സീറ്റില് വിസ്തരിച്ചിരുന്ന് അങ്ങനിപ്പോ അവമ്മാര് സുഖിക്കണ്ടാ. ന്തായാലും സീറ്റൊറപ്പാ. അരമണിക്കൂറൊന്നു തല ചായ്ക്കാലോ. ന്താവോ നല്ല ക്ഷീണോം."

●

ഭാവം

യു കെ ജി കുട്ടികളുടെ കവിതാപാരായണ മത്സരമായിരുന്നു. പണ്ടേപ്പോലെ, കുഞ്ഞിക്കവിതകൾ ചൊല്ലിയാലൊന്നും സമ്മാനം കിട്ടില്ലെന്ന് മലയാളത്തിലെ പ്രമുഖ കവിയുടെ കവിത പഠിപ്പിച്ചുകൊണ്ട് മകന്റെ ടീച്ചർ വ്യക്തമാക്കുന്നു.

അർത്ഥമറിയാത്ത വാക്കിലും വരിയിലും തട്ടിവീണ് കുട്ടിക്ക് നൊന്തു.

വീണിടത്തുനിന്നെഴുന്നേറ്റ് പിന്നെയുമുരുവിട്ടു പഠിച്ചു.

ശ്വാസമെടുത്തു വിടുംപോലെ ഒടുക്കം സ്റ്റേജിൽ ഒറ്റ ചൊല്ലൽ.

ഒരിടവും തെറ്റാതെ, ഒരിടത്തും വീഴാതെ, ഈണത്തിൽനിന്നിടറാതെ.

"കുട്ടികളെല്ലാം നന്നായി ചൊല്ലി. പക്ഷേ, ആർക്കും ഭാവം വരുന്നില്ല. കവിത ചൊല്ലുമ്പോൾ ഭാവം പ്രധാനം."

വാക്ക്

പിഴച്ചു പോയൊരു വാക്കിന്റെ പേരിൽ എന്നെ ഉപേക്ഷിച്ചു പോകുമ്പോൾ നീ പറഞ്ഞു:

എല്ലാ നന്മകളും ഉരുകിത്തീരാൻ
ഒരൊറ്റ വാക്കിന്റെ ചൂട് മതിയെന്ന്.

ഇന്നിപ്പോൾ നീയെന്നോട് പറയുന്നു, 'വാക്കുകൾ വെറും വാക്കുകളാണെ'ന്ന്.

വാക്കുകളിൽ നിന്നൊന്നും പെറുക്കിയെടുക്കേണ്ടിയിരുന്നില്ലെന്ന്.
പറഞ്ഞു പോകുന്നതത്രയും വെറും മഴയായിപ്പെയ്തു തോരുമെന്ന്.

●

പ്രണയ സത്യവാങ്മൂലം

ഞാൻ സമ്മതിക്കുന്നു;
ഒരു പെരുമഴയായി
നീയെന്റെ ഉള്ളിൽ
പെയ്തുകൊണ്ടിരിക്കുന്നുവെന്ന്.
അതൊട്ടും നിലയ്ക്കുന്നില്ലെന്ന്.

●

വിശപ്പ്

“**ഞാ**നൊരു കവിതയെഴുതാൻ പോകുന്നു”
“ഒരു ചായയെടുക്ക്”
“എഴുതാതെ വയ്യെന്നാകുന്നു”
“എന്റെ ഷർട്ട് ഇസ്തിരിയിട്ടില്ലേ?”
“എന്റെ മനസ്സിലുണ്ട് വരികൾ”
“ഇന്ന് ഊണിനെന്താ?”
“ഇതൊന്നു കടലാസിൽ പകർത്തിക്കോട്ടെ”
“എനിക്ക് വിശക്കുന്നു, കഴിക്കണം”
“എനിക്കും വിശക്കുന്നു, എഴുതണം”

ബ്രേക്ക്

അമ്മായിയമ്മ തീരുമാനിച്ചിരുന്നു, മരുമകളെ ഭൂമിയിൽനിന്നും എന്നേക്കുമായി ഇല്ലാതാക്കാൻ.

വലംകൈയിൽ മൂർച്ചയേറിയ അടുക്കളക്കത്തിയെടുക്കുന്ന അവരുടെ ലോങ് ഷോട്ടിൽനിന്നും പൊടുന്നനെയൊരു

ക്ലോസ് അപ്പിൽ എല്ലാം തീരുമാനിച്ചുറപ്പിച്ചതിന്റെ പൈശാചികമായ അടയാളങ്ങൾ പേറുന്ന മുഖം.

നെഞ്ചിടിപ്പ് തന്നെയാകുന്ന പശ്ചാത്തല സംഗീതത്തിന്റെ ഭീതിപ്പെടുത്തുന്ന മുഴക്കം.

കത്തിയുയർത്തി ഉറങ്ങിക്കിടക്കുന്ന മരുമകളുടെ കഴുത്തിലെ നീല ഞരമ്പിന്റെ മിടിപ്പിലേക്ക്... പതിയെ..

"അമ്മാ ".......

തൊട്ടടുത്ത മുറിവാതിൽ തുറന്നു വരുന്ന നിലവിളി.

മൂന്നാം ക്ലാസുകാരി മകളുടേത്.

ദ്രുതതാളം.

ഇരുട്ട്.

അവ്യക്തമായൊരു ഷോട്ട്.

കത്തിയുടെ വായ്ത്തലത്തിളക്കം മാത്രം.

നിലവിളിയുടെ നീട്ടലിനൊടുക്കം അവളുടെ പറച്ചിൽ.

"അമ്മാ, അച്ഛാ കൈയില് കത്തികൊണ്ടു.... ചോരാ..."

മകളുടെ കരച്ചിലിലേക്ക് മുഴുവൻ സമ്മർദ്ദങ്ങളുടെയും കൊടുംകാറ്റിനെ അഴിച്ചുവിട്ട് അമ്മയുമച്ഛനും അലറി.

"ബ്രേക്കാവട്ടെ അസത്തെ..........."

●

പ്രതിമ

പ്രതിമയാകാൻ ഇഷ്ടമില്ലാതിരുന്നിട്ടും അങ്ങനെയാക്കിക്കളഞ്ഞു.

പലജാതി കള്ളന്മാരുടെ പുഷ്പാർച്ചനകൾക്കും ഭക്തി പ്രകടങ്ങൾക്കും ഇരയായിപ്പോയി.

കണ്ണ് പൊത്താനാവാതെ, മറ്റൊന്നും ചെയ്യാനില്ലാതെ ഊന്നുവടിയും അമർത്തിക്കുത്തി നിന്നു. അവിടെയങ്ങനെ നില്ക്കവേ, വെടിയുണ്ടകളുടെ ദ്വാരമുള്ള നെഞ്ചിലേക്കാരൊക്കെയോ വീണ്ടും നിറയൊഴിച്ചുകൊണ്ട് 'ജയ് ഗോഡ്സെ' പാടുന്നത് കേട്ടു.

തൊട്ടടുത്തുള്ള സിനിമാശാലയിൽ നിന്നൊഴുകി വരുന്ന ദേശീയ ഗാനം കേട്ടമ്പരന്നു.

തോന്നുന്നിടത്ത് ചൊല്ലാനുള്ളതോ പവിത്രഗാനം എന്നമ്പരക്കുമ്പോൾ എഴുന്നു നില്ക്കാത്തവർ ദേശദ്രോഹികളാകുന്നത് കണ്ടു.

പ്രതിമയാകാൻ ഇഷ്ടമല്ലാതിരുന്നിട്ടും അങ്ങനെയായിപ്പോയി.

കൈക്കൂലിക്കാരുടെയും തട്ടിപ്പുകാരുടെയും പഠിച്ച കള്ളന്മാരായ രാഷ്ട്രീയക്കാരുടെയും മുറി മേശകളിലും ചുവരുകളിലുംകൂടി എല്ലാം കണ്ടുകണ്ടങ്ങിനെ ഹേ റാം, മോചനമില്ലാതെ.

●

തിരിച്ചെടുക്കാത്തവ

പെണ്ണുകാണാനിറങ്ങുംമുമ്പ് കൂടെയുള്ള
പെൺതിളക്കങ്ങളോട്
കാരണവർ പറഞ്ഞു:
"വടിവുകൾ, വളവുകൾ,
ഒടിവുകൾ, ചതവുകൾ,
നിറം, മണം, ഗുണം
വാങ്ങിക്കും മുൻപ് ഒക്കെ തിരിച്ചും മറിച്ചും നോക്കണം.
ബില്ലിൽ ചിലപ്പോ കണ്ടേക്കും;
വിറ്റ സാധനങ്ങൾ തിരിച്ചെടുക്കില്ലെന്ന്.

●

കറുപ്പ്

കറുപ്പ്,
മുറിഞ്ഞും നൊന്തും
അവഗണിക്കപ്പെട്ടും ഉപേക്ഷിക്കപ്പെട്ടും
അപമാനം പേറിയും ഒറ്റപ്പെടുത്തപ്പെട്ടും
നിറമില്ലാതായിപ്പോയ
ഒരു നിറം.
എല്ലാ നിറങ്ങളുടെയും നിറങ്ങളൊളിപ്പിച്ച
നിറം.

സ്വപ്ന വ്യാഖ്യാനം

മഞ്ഞവെളിച്ചം ചിതറിച്ചുകൊണ്ട് 'ഉണരാറായില്ലേ'യെന്ന് സൂര്യവെളിച്ചം ഉല്ലാസപൂർവ്വം ചോദിക്കുന്നു.

അലാറം, കിളിയൊച്ചപാടിപ്പാടി നിലച്ചു പോകുന്നു. ഉണരേണ്ട നേരം കഴിഞ്ഞെത്രയോ മണിക്കൂറുകൾ പിന്നിട്ടിരുന്നു. സ്വപ്നത്തിനും ഉണർച്ചയ്ക്കുമിടയിൽ വഴുതിവീണ ഞാൻ ഉത്തരമില്ലാത്തൊരു ചോദ്യം ഉള്ളിലിട്ടുണരുന്നു.

അത്രയും വിചിത്രമായിരുന്നു സ്വപ്നം.

നീലിച്ച നിറമുള്ള സ്വപ്നം.

മരണപ്പെട്ട പരിചിത പറയുന്നു," അവിടെ എല്ലാം സന്തോഷമാണ്. പക്ഷേ, ഒന്നൊഴികെ. അവിടെ എനിക്ക് പ്രിയപ്പെട്ട ബോഗെയ്ൻവില്ലപ്പൂക്കളില്ലല്ലോ."

എന്നത്തേയും പോലെ കടും നിറമുള്ള ഉടുപ്പായിരുന്നു അവർക്ക്.

എന്തോ ഫലിതം പറയാനുള്ള പുറപ്പാടുപോലെ ചുണ്ടുകൾ വക്രിച്ചുപിടിച്ചിരുന്നു. കണ്ണുകളിൽ കുസൃതിയുടെ നക്ഷത്രപ്പൊട്ടുകളുണ്ടായിരുന്നു.

സംഭാഷണത്തിന്റെ ഇടയ്ക്കാവണം ഞാൻ ഉണർന്നത്. പലനിറങ്ങളുടെ കലെഡോസ്കോപ്പ് ചിതറൽ പോലെ ഉണർച്ച. ഉണർന്നുവെന്നതു സ്വപ്നമായിരുന്നുവോ അതോ ശരിക്കും ഞാനുണർന്നുവോ?

ഉണർന്നുണർന്ന് ദിവസത്തിലേക്കൂർന്നിറങ്ങവേ, സ്വപ്നം അതിന്റെ കടും റോസും വെളുപ്പും മഞ്ഞയും ഓറഞ്ചും നിറങ്ങളാൽ ആ വിചിത്രാനുഭവം തുടർന്നുകൊണ്ടിരുന്നു.

ബോഗെയ്ൻ വില്ലകൾ. പൂത്തുലഞ്ഞ് ഇലകളെ മൂടി നില്ക്കുന്ന പൂക്കൾ. കുളിക്കുമ്പോൾ, പ്രഭാത ഭക്ഷണം തയ്യാറാക്കുമ്പോൾ, ഓഫീസി

ലേക്കിറങ്ങുമ്പോൾ, പലവിധ ജോലികളിൽ വ്യാപൃതയാകുമ്പോൾ ഉള്ളിലറിയാതെ നടന്നുകൊണ്ടിരുന്ന സ്വപ്നവ്യാഖ്യാനങ്ങൾ എന്നെ എങ്ങുമെത്തിച്ചില്ല. പൊടുന്നനെ, ദിവസം അസ്വാസ്ഥ്യപ്പെടുത്തുമാറ് ഇഴയാൻ തുടങ്ങി. ഉള്ളിലെന്തോ എരിയാൻ തുടങ്ങി

"അവൾക്ക് ബോഗെയ്ൻ വില്ലപ്പൂക്കൾ ഇഷ്ടമായിരുന്നോ?"

ഞാനവളുടെ കൂട്ടുകാരിക്ക് ഒരു സന്ദേശമയക്കുന്നു.

മറ്റൊന്നിനുമായിരുന്നില്ല അത്.

'ഇല്ല' എന്ന ഉത്തരത്തിൽ അസ്വാസ്ഥ്യപ്പെടുത്തുന്ന ആ ഭ്രാന്തൻ സ്വപ്നത്തെ തള്ളിയിട്ട് എനിക്ക് മടങ്ങണമായിരുന്നു, എന്റെ ദിവസത്തിലേക്ക്.

ആകാശത്തെയും ഭൂമിയെയും കൊരുത്തുകിടന്ന ആ സ്വപ്നത്തിന്റെ പലനിറമുള്ള നൂലുകൾ പൊട്ടിച്ചു കളയണമായിരുന്നു.

"ഉവ്വ്."

അവൾ പക്ഷേ, മറുപടിയായി.

"വളരെ"

"എന്തേ, നീയിപ്പോൾ അങ്ങനെ ചോദിച്ചത്?"

"അവൾക്ക് നിന്നെയും വളരെ ഇഷ്ടമായിരുന്നു എന്നറിയാമോ?"

രണ്ടുത്തരത്തിനും മീതെ നൂറു നൂറു പൂക്കൾ ചിതറി.

എനിക്കറിയാത്ത നിറങ്ങൾ. സൂര്യ വെളിച്ചം വീണു പ്രകാശിക്കുന്ന ബോഗെയ്ൻവില്ലകൾ. വേലിപ്പടർപ്പുകൾ. ബോഗെയ്ൻ വില്ലകളാൽ മൂടിപ്പോയ ഒരു ചെറിയ വീട്.

അതാരുടേതായിരുന്നു? തീർച്ചയായും അവരുടേതായിരുന്നില്ല.

അല്ലെങ്കിൽ എനിക്കവരെ അറിയാമായിരുന്നോ? അവരുടെ വീട്,

കുഞ്ഞുങ്ങൾ, ഭർത്താവ്, വിചാരങ്ങൾ?

എനിക്കൊന്നുമറിയില്ലായിരുന്നു. ഒരു പേരിനും ഒരുപിടി വർത്തമാനങ്ങൾക്കുമപ്പുറം. കുറെ കാഴ്ചകൾക്കപ്പുറം. ഒരപകടത്തിൽ അവർ മരണപ്പെട്ടു എന്നതിനപ്പുറം...

ഇല്ല. ഒന്നുമറിയുമായിരുന്നില്ല. അവർക്കെന്നെ ഇഷ്ടമായിരുന്നു എന്നുകൂടി.

ഇപ്പോൾ, ഒരു സ്വപ്നത്താൽ ഞാൻ ശൂന്യയാക്കപ്പെടുകയും പൂക്കളാൽ നിറയ്ക്കപ്പെടുകയും ചെയ്യുന്നു.

വെളുപ്പും ഓറഞ്ചും മഞ്ഞയും ഇളം ചുകപ്പും അങ്ങനെ പല ജാതി പൂക്കൾ. സുഗന്ധത്തിന്റെ അഭാവത്തെ നിറങ്ങളാൽ അതിജീവിച്ച ബോഗെയ്ൻ വില്ലപ്പൂക്കൾ. ഉറക്കിനും ഉണർവ്വിനുമിടയ്ക്കുള്ള ഇടനാഴിയാകെ ചിതറിയ ഇതളുകൾ. മുള്ളു പോറിക്കടന്നു പോകുന്ന കാറ്റ്.

സ്വപ്നത്തിൽനിന്നും ജാഗരത്തിലേക്ക് കാറ്റു കൊണ്ടുപോരുന്ന ഒരൊറ്റപ്പൂങ്കുല.

അത് വെളുപ്പ്.

ഇപ്പോൾ ഞാനുറക്കത്തിലോ ഉണർച്ചയിലോ?

എങ്ങനെയാവും വായനക്കാരാ, നിങ്ങളീ സ്വപ്നത്തെ വ്യാഖ്യാനിക്കുക?

●

വിമോചനം ദമയന്തി മോഡൽ

"ഹലോ.. നിരഞ്ജനാ.. കേൾക്കുന്നില്ലേ ഞാൻ പറയുന്നത്?
ഉണ്ടെങ്കിൽ നിനക്ക് ഇടയ്ക്കെങ്കിലും ഒന്ന് മൂളിക്കൂടെ? നീ ശ്വാസം വിടുന്നത് കൂടി കേൾക്കുന്നില്ലല്ലോ. ഞാൻ കരുതി ഫോൺ ഡിസ്കണക്റ്റ് ആയിപ്പോയെന്ന്.. ഓ..കെ.. ഞാൻ എവിടെയാണ് നിർത്തിയത്? സ്വത്വം.. അതെ.. നമ്മുടെ സ്വത്വത്തെ കണ്ടെത്തൽ. നോക്കൂ ഈ പുരുഷന്മാർ എന്ന വർഗ്ഗമുണ്ടല്ലോ, വിശ്വസിച്ചു കൂടാ. ഭീകര കോംപ്ലെക്സ്. കോംപ്ലെക്സുകളുടെ ഒരാകെത്തുകയാണവർ. നമ്മൾ എല്ലാ കെട്ടുപാടും പൊട്ടിച്ച് അങ്ങുയർന്നാൽ അവർക്കറിയാം പിന്നെ അവർ ഒന്നുമല്ലെന്ന്. അത് ഭയന്നാണ് നമ്മളെ അടുക്കള എന്ന മോചനമില്ലാത്ത ജയിലിലിട്ട് ഇങ്ങനെ ഞെരിച്ചമർത്തുന്നത്. നമുക്ക് മാത്രമായി ചില നിയമങ്ങളും ചട്ടക്കൂടും പണിയുന്നത്."

ദമയന്തി ഫോണിൽനിന്നും ചുണ്ടെടുത്ത് ഒന്ന് ദീർഘം ശ്വാസമെടുത്തു.

പിന്നെ തുടർന്നു.

"അതാണ് ഞാൻ പറയുന്നത് നിരഞ്ജന ഇങ്ങനെ ആയാൽപ്പോരാ. ഉണരണം. നിന്റെ ഭർത്താവിനെ ഒരു പാഠം പഠിപ്പിക്കണം. ശബ്ദമുയർത്തണം. അടുക്കള പെണ്ണിന്റെ മാത്രമല്ല എന്ന ബോധം അയാളുടെ പുരുഷബോധത്തിലേക്ക് അടിച്ചു കയറ്റണം. ഇത് നിനക്കു മാത്രമായിട്ടുള്ള സമരമല്ല നിരഞ്ന. നീ ഇവിടെ ഒരു പോരാളിയാവണം. മുഴുവൻ പെണ്ണുങ്ങൾക്കും വേണ്ടിയാവും നിന്റെ പോരാട്ടം. അടുക്കള ബഹിഷ്കരിക്കണം. അതൊരു വിപ്ലവത്തിന്റെ തുടക്കമാവും. ഈ വിപ്ലവം ആണുങ്ങളെ മാറ്റും. യഥാസ്ഥിതിക പെണ്ണുങ്ങളെ, അവരുടെ ഉള്ളിലെ പിതൃകോയ്മാ ധാരണകളെ പിടിച്ചുലയ്ക്കും. കേൾക്കൂ, നിരഞ്ജന, അധികാരത്തിന്റെ ആൺ

കോയ്മാ സങ്കല്പങ്ങളുടെ പൊളിച്ചെഴുത്തും പെണ്മയുടെ സത്യങ്ങളെ സ്ഥാപിക്കലുമാകും നിന്റെ ഈ ഒറ്റയാൾ പോരാട്ടം. അതാണ് എനിക്കു നിന്നോട് ഉറപ്പിച്ചു പറയാനുള്ളത്."

'അഗ്നി സ്ത്രീ വിമോചക സംഘടന'യുടെ പ്രസിഡന്റ് ദമയന്തിക്ക് തന്റെ വാക് ചാതുരിയിൽ ആകപ്പാടെ ഒരഭിമാനം തോന്നി. തന്റെ

വാക്കുകൾ ഒരു നിർഗ്ഗുണപരബ്രഹ്മ ഭാര്യയായ നിരഞ്ജനയിൽ വീര്യം നിറയ്ക്കുന്നത് അവർക്ക് ഫോണിന്റെ അങ്ങേ തലയ്ക്കൽനിന്നുള്ള ശ്വാസ മെടുപ്പിൽനിന്ന് തിരിച്ചറിയാനായി. അവർ ആത്മവിശ്വാസത്തോടെ അലറി.

"ഹലോ.. നിരഞ്ജന ഇനി പറയൂ.. നീ തയ്യാറാണോ?

എന്ത്?.. ഓ.. ഓ.. ദാ വരുന്നു.. ഒരു നിമിഷം നിരഞ്ജന. ഒന്ന് ഹോൾഡ് ചെയ്യൂ. അയ്യോ.. അല്ലെങ്കിൽ വേണ്ടാ ഞാൻ ഒരു മണിക്കൂർ കഴിഞ്ഞു വിളിക്കാം കേട്ടോ. ചേട്ടൻ കുളി കഴിഞ്ഞു വരുന്നുണ്ട്. ആള് നല്ല ചൂടിലേ ഫുഡ് കഴിക്കൂ. ദോശ നല്ല ചൂടോടെ ചുടട്ടെ. കടുപ്പത്തി ലൊരു ചായ അങ്ങേർക്ക് ഇറങ്ങുമ്പോ മസ്റ്റാ.. എന്താ ചെയ്യാ ശരിക്കും തമാശയാന്നേ. ഇടാനുള്ള ഷേർട്ടും പാന്റും വരെ ഞാൻ തെരഞ്ഞെടുത്ത്, അയേൺ ചെയ്ത് കൈയിൽ കൊടുക്കണം. കുഞ്ഞു പിള്ളേരുടെ കൂട്ടാ. ഓരോരോ വാശികള്. ഒക്കെ ഞാൻ ചെയ്താലേ പുള്ളിക്കങ്ങ് ഹാപ്പി യാവൂ .അപ്പൊ നിരഞ്ജന ഞാൻ വിളിക്കാവേ.. എല്ലാം പറഞ്ഞപോലെ. ബി ബ്രേവ് ഡിയർ. ടേക്ക് കെയർ. ബൈ."

●

പോക്കറ്റടിക്കാരന്റെ കത്ത്

പോക്കറ്റടിച്ച പഴ്സ് തിരികെ ഒരിടത്ത് വച്ചതായി കള്ളൻതന്നെ വിളിച്ചു പറഞ്ഞു.

ഇത്രയ്ക്കും നന്മയുള്ള കള്ളനോ എന്നന്ധാളിച്ചു ചെന്നപ്പോൾ സംഗതി സത്യമായിരുന്നു.

പഴ്സ്, പറഞ്ഞിടത്ത് തന്നെയുണ്ട്.

തുറന്നു നോക്കുമ്പോൾ എല്ലാം ഭദ്രം.

കൂടെ ഒരു കത്തും.

ആദ്യമായിട്ടൊരു കള്ളന്റെ കത്ത് കിട്ടുന്നതിന്റെ ആവേശത്തിൽ കത്തിലേക്ക് ചാടിവീണു. വലിയ അക്ഷരങ്ങൾ. നാലുവരി.

"ബ്രാൻഡഡ് കുപ്പായങ്ങളും ബെൽറ്റും പേഴ്സും വാച്ചുമൊക്കെ ഉപയോഗിക്കുന്ന നിന്നെപ്പോലുള്ള 'ബ്രാൻഡഡ് തെണ്ടി' കളെക്കൊണ്ടാണിപ്പോൾ രക്ഷയില്ലാത്തത്. എന്നെപ്പോലുള്ളവരുടെ സമയവും അദ്ധ്വാനവും വെറുതെയാക്കുന്ന എരപ്പാളികൾ. പഴ്സിൽ ആകെക്കൂടിയുള്ള നൂറു രൂപ എടുത്ത് നിന്നെ പട്ടിണിക്കിടുന്നില്ല. എന്ന്, സ്വന്തം കള്ളൻ."

●

അറബിക്കഥ

"**നി**നക്കിപ്പോൾ വയ്യ. ഒരു താങ്ങു വേണം"

അയാൾ പെണ്ണിനോട് പറഞ്ഞു. അവൾ നടക്കുമ്പോൾ വാതക്കാലിഴഞ്ഞു. അവളെയെപ്പോഴും വാതക്കുഴമ്പ് മണത്തു.

"വേണ്ട. പണികളൊക്കെ പതിയെ ഞാൻ ചെയ്തോളാം. താങ്ങായി എനിക്കൊപ്പം നിങ്ങളില്ലേ? നമ്മുടെ കുഞ്ഞുമക്കളും?"

അവൾ ക്ഷീണത്തിലും ചിരിച്ചു,

അവളടുപ്പു കൂട്ടുകയും കൂട്ടിരുന്നൂട്ടുകയും കൂടെക്കിടക്കുകയും ചെയ്തു.

"ഞാനൊരുത്തിയെക്കൂടി കൂട്ടട്ടെ, നിനക്കായി, സ്വന്തമെന്ന് നിന്നെ നോക്കുന്നൊരുത്തിയെ?" ഒടുക്കമൊരുനാൾ ഇരുട്ടിൽ അവളുടെ വിയർപ്പുറ്റവേ അയാളൊരു മറയറ്റ ചോദ്യമായി ഉത്തരം കാത്തു കിതച്ചു. കഥ തോർന്ന് പകൽ വന്നു.

അറബിക്കഥയിലെ കഥ തീർന്നുപോയ പെണ്ണിന്റെ ശിരഛേദം.

വംശം

മുറിയിലേക്ക് കയറി വന്ന പ്രതിയുടെ മുഖത്തേക്ക് സിവിൽ പൊലീസ് ഓഫീസർ അലി ഹസ്സൻ രൂക്ഷമായി നോക്കി. അവനൊരു കുറുക്കനെപ്പോലിരിക്കുന്നു എന്ന് അയാൾക്കന്നേരം തോന്നി. തിളങ്ങുന്ന മഞ്ഞപ്പു കെട്ടിയ കണ്ണുകളിൽ കൗശലം നിറച്ച, വന്യ ഭാവങ്ങളുള്ള ഒരു മൃഗം. മുഖം തൂക്കിയിട്ട് അവൻ തറയിലൂടെ നോട്ടം പായിച്ചുകൊണ്ട് നിസ്സംഗനായി നിന്നു. സ്റ്റേഷന് പുറത്ത് ആൾക്കൂട്ടം പെരുകിക്കൊണ്ടിരുന്നു.

പുറത്തുനിന്ന് ഇടയ്ക്കിടെ തെറിവാക്കുകളുടെ ചീളുകൾ അകത്തേക്ക് തെറിച്ചു വീണുകൊണ്ടിരുന്നു.

അവനൊരു കൂസലുമുണ്ടായിരുന്നില്ല. ഒരു തരം ധാർഷ്ട്യത്തോടെ നിലകൊണ്ട അവൻ പക്ഷേ, മാധ്യമ പ്രവർത്തകരുടെ ഇരമ്പലും ചോദ്യങ്ങളും ക്യാമറകളുടെ വെളിച്ചങ്ങളും കണ്ടപ്പോൾ മാത്രം ഒന്ന് പതറി. ഉടുത്തിരുന്ന മുണ്ട് ഉയർത്തി മുഖം പൊത്തിപ്പിടിച്ചു.

"മുഖം മാറ്റ്. പടമെടുക്കട്ടെ. വല്യ ആളല്ലേ നീ"

സീനിയർ സിവിൽ പൊലീസ് ഓഫീസർ രാമകൃഷ്ണൻ മുരണ്ടു.

അന്നേരം അവൻ പകയോടെ കൈനീക്കുന്നതും ക്യാമറകൾക്ക് നേരെ തുറിച്ചുനോക്കുന്നതും അലി ഹസ്സൻ പകയോടെ നോക്കി. ഹാൻസും ബീഡിയും വികൃതമാക്കിയ കറുത്ത ചുണ്ടിൽ പെട്ടെന്നൊരു പൈശാചികമായ ചിരി മിന്നി. അലി ഹസ്സന്റെ നെഞ്ചിൽ വിയർപ്പു പൊടിഞ്ഞു തുടങ്ങി. തല പെരുത്തു പെരുത്ത്..

പൊടുന്നനെ അവന്റെ തലയിൽ അയാളൊരു ചോരക്കട്ട കണ്ടു.

"ജനം കൈവച്ചതാണ്."

രാമകൃഷ്ണൻ പറഞ്ഞു "ലാത്തി വീശേണ്ടി വന്നു അവനെയൊന്നു

തിരിച്ചൂരാൻ. കിട്ടണത് കിട്ടട്ടെന്നു തോന്നി ...

"പന്നീന്റെ മോൻ. ഒരു കൈ നീളമില്ല ആ കുഞ്ഞിന്.. അതിനെ യാണ്..."

വാഷ് ബേസിനിൽ മുഖം വീണ്ടും വീണ്ടും കഴുകിക്കൊണ്ടിരുന്ന രാമകൃഷ്ണൻ എന്തോ മറക്കാൻ ശ്രമിക്കുന്ന പോലെ അലി ഹസ്സന് തോന്നി. അല്ലെങ്കിൽ ഒരു പൊലീസുകാരന്റെ ദിവസത്തിൽ ഓർക്കാനുള്ളത് എപ്പോഴും ഇതൊക്കെ തന്നെയാ ണല്ലോ.

മോഷണം, കൊലപാതകം, നിയമം തെറ്റിക്കൽ, ചതി, ചോര..

അലിഹസ്സൻ എണീറ്റ് എഴുത്ത് പേപ്പറുകളുമായി പ്രതിക്കരികിലേക്ക് ചെന്നു. ദേഹ പരിശോധനയ്ക്കായി അവനെ ആദ്യമായി തൊടുന്നേരം അയാളുടെ പൊക്കിൾച്ചുഴിയിലൂടെ ഒരു മിന്നൽ പാഞ്ഞുപോയി.

പച്ച വിരിയിട്ട ഇന്റർസീവ് കെയർ യൂണിറ്റിന്റെ മങ്ങിയ ചില്ല് ചതുരത്തി ലൂടെ അയാൾ രണ്ടു കുഞ്ഞിക്കാലടികൾ കണ്ടു. രാപ്പനിയാൽ നിറംകെട്ട, എപ്പോഴും ഒച്ച വെക്കാറുണ്ടായിരുന്ന വെള്ളിപ്പാദസരങ്ങൾ അന്നേരം ആരോ അഴിച്ചു മാറ്റിയി

രുന്നു. തന്റെ നെഞ്ചിൽ നൃത്തം വയ്ക്കാറുണ്ടായിരുന്ന കുഞ്ഞിക്കാലടികൾ..

“ഇക്കാക്കാ... നമ്മടെ മോള്”

വഹീദ അയാളുടെ കാലുകളിലേക്ക് കുഴഞ്ഞുവീണു.

ആരോ അയാളെ തള്ളി മോൾക്കരികിലെത്തിച്ചു.

വഴിയൊഴിഞ്ഞു കൊടുത്ത് നേഴ്സ് സഹതാപത്തോടെ അയാളെ നോക്കി. അയാൾക്ക് ഒന്നും മനസ്സിലായില്ല. അയാൾ മകളെ നോക്കി. തലേന്ന് രാത്രി ഡ്യൂട്ടിക്കിറങ്ങുമ്പോൾ ഒരു കുഞ്ഞിപ്പനികൊണ്ട് ചിണുങ്ങിക്കിടക്കുകയായിരുന്നു അവൾ. മരുന്ന് കൊടുത്തപ്പോൾ പനി കുറഞ്ഞതാണ്. എന്നിട്ടാണ് അയാൾ പുറപ്പെട്ടതും. അയാൾ അവളെ തുറിച്ചു നോക്കി..

“പനി പോയി. പനി പോയി.”

അയാൾ ആരോടെന്നില്ലാതെ പുലമ്പിക്കൊണ്ടിരുന്നു.

അവൾ മഞ്ഞുപോലെ തണുത്തിരുന്നു.

നാല്പതുദിവസം മുൻപത്തെ ആ ഉച്ച അയാളെ വീണ്ടും ഉലച്ചു തുടങ്ങി. അയാൾക്ക് മകളെ കാണണമെന്ന് തോന്നി. പന്ത്രണ്ടു വർഷത്തെ കാത്തു കാത്തിരിപ്പിന് ശേഷം ദൈവം തന്ന മാലാഖക്കുട്ടി.

വഹീദയ്ക്ക് അവൾ മിന്നുവായിരുന്നു. അയാൾക്കവൾ ചിലപ്പോൾ മിന്നു, ചിലപ്പോൾ പാത്തു, മാളൂട്ടി, ചിന്തു, മണിക്കുട്ടി...

“അവൾ മരിച്ചു. മരിച്ചു”

അയാൾ പിറുപിറുത്തു. ഭ്രാന്ത് പിടിക്കാതിരിക്കാനായി അയാളിപ്പോൾ പലപ്പോഴും അങ്ങനെ പറയുമായിരുന്നു. മകളെ കാണണമെന്ന് തോന്നുമ്പോഴൊക്കെയും.

അലി ഹസ്സൻ, പ്രതിയുടെ ശരീരം താഴേക്ക് തപ്പിത്തുടങ്ങി. അവനിൽ നിന്ന് ചിതറിയ അസഹ്യമായ വേർപ്പു ഗന്ധം അയാളിൽ ഒരോക്കാനമുണ്ടാക്കി. അയാൾ തൊണ്ടക്കുഴി നിശ്ചലമാക്കിപ്പിടിച്ചു. അവന്റെ അരയിലേക്ക് കൈയെത്തവേ അലി ഹസ്സന്റെ തലച്ചോറിൽ വീണ്ടും വേദനയുടെ കുപ്പിച്ചില്ലുകൾ തറച്ചു. മകളുടെ പാദസര മണികൾ നിർത്താതെ കിലുങ്ങി.

“അലി ”

അയാളുടെ വിയർത്ത ദേഹത്തേക്ക് നോക്കി

പൊടുന്നനെ രാമകൃഷ്ണൻ വിളിച്ചു.

“കുഴപ്പൊന്നൂല്ലല്ലോ തനിയ്ക്ക്?”

“ഇല്ല സർ..”

അലി ഹസ്സൻ പതിയെ പറഞ്ഞു.

“ഇതിപ്പോ... എനിക്കുതന്നെ ഒരു മനഃപ്രയാസമുണ്ടായിരുന്നു. തന്റെ മോൾടെ പ്രായാ.. ആ കൊച്ചിനും..”

അലി ഹസ്സൻ ഒന്നും പറഞ്ഞില്ല. ജനറൽ ഡയറിയിലും മറ്റു രേഖകളിലും അവനെക്കുറിച്ചുള്ള പരിശോധനാവിവരങ്ങൾ സൂക്ഷ്മതയോടെ

അയാൾ രേഖപ്പെടുത്തി.

പൊന്തക്കാട്ടിൽ ദേഹംപിളർന്നു കിടന്ന ഒന്നര വയസ്സുള്ള നാടോടി പ്പെൺകുഞ്ഞ്, കുറ്റങ്ങളുടെ പുസ്തകത്തിൽ ചുവന്ന മഷി കൊണ്ട് രേഖപ്പെടുത്തപ്പെട്ടു.

തീർന്നു. ഇനി പതിവുകൾ. കുറഞ്ഞ ദിവസങ്ങൾക്കുള്ളിൽ അവ നൊരു ജാമ്യം.. കുറെ തിരിമറികൾ. തീർന്നു... ഒന്നും നഷ്ടപ്പെടാതെ അവൻ പുറത്തുപോകും.. കുറുക്കൻ കണ്ണുകളുമായി ഇനിയും അവൻ കുഞ്ഞു ങ്ങളെ തിരഞ്ഞു നടക്കും. ഈ പുസ്തകത്തിൽ അവനിനിയും രേഖപ്പെടു ത്തപ്പെടും.

അലി ഹസ്സൻ നിന്ദയോടെ ഓർത്തു.

അയാൾക്ക് പെട്ടെന്ന് മകളെ മണത്തു.

നാടോടിക്കുഞ്ഞിനെ മണത്തു.

എല്ലാ കുഞ്ഞുങ്ങൾക്കും ഒരേ മണം.

കുഞ്ഞുങ്ങൾക്കുമാത്രം സ്വന്തമായ ആ മണം.

"കയറ് "

സെല്ലിന്റെ വാതിൽ തള്ളിത്തുറന്ന് അലിഹസ്സൻ മുരണ്ടു. അവൻ കൂസലില്ലാതെ അയാൾക്ക് മുന്നിൽ നടന്നു. പൊടുന്നനെയൊരു തോന്ന ലിൽ, ഒരൊറ്റത്തള്ളിന് അയാൾ അവനെ സെല്ലിന്റെ മൂത്രം മണക്കുന്ന മൂലയിലേക്ക് തള്ളി. പിന്നെ സെല്ലിനകത്തേക്ക് കയറി, അവന്റെ ഉടുമുണ്ട് പറിച്ചെടുത്തു. നിലവിളികേട്ട് മറ്റുള്ളവരെത്തുംമുൻപേ, കൈയിലൊളിപ്പിച്ച കത്തികൊണ്ട്, അവന്റെ പ്രാകൃതമായ ആഹ്ലാദാവയവത്തെ മുറിച്ചെടു ക്കുമ്പോൾ അലി ഹസ്സൻ പൊട്ടിച്ചിരിച്ചുകൊണ്ട് ഉറക്കെ പറഞ്ഞു, "ഒരു കുറുക്കന്റെയെങ്കിലും വംശം വേരറ്റു. മാലാഖക്കുട്ടികളേ..."

●

വീണ്ടും സ്മിത വരുമ്പോൾ

മരിച്ചു കുറച്ചുകാലം കഴിഞ്ഞ്,
ഒരുഷ്ണ കാലത്ത് വീണ്ടും ഞങ്ങളുടെ നാട്ടിൽ സ്മിത വന്നു.
സിൽക്ക് സ്മിത.
റിലീസ് പടങ്ങൾ കിട്ടാത്ത ഒരിടവേളയിൽ
കട്ടിപിടിച്ച സീറ്റുകളും ഫാനിന്റെ ചൂടുകാറ്റുമുള്ള ആ പഴയ മുങ്ങിക്കപ്പൽ തിയേറ്ററിൽ
ഒരു രക്ഷകയെപ്പോലെ.
പഴയ ആരാധകരായിരുന്ന ജോണിച്ചേട്ടനും ഹമീദലിയും ഉണ്ണി മോനും ശ്രീധരൻ ചേട്ടനും
നട്ടുച്ച കത്തുന്നതുവരെ
പരിസരത്തെ പലചരക്കുകടയിലും മരുന്ന് ഷാപ്പിലും നാരങ്ങാ വെള്ളക്കാരനടുത്തും മൂക്കിനകത്തെ പൊറ്റയെടുത്തും ചന്തി ചൊറിഞ്ഞും ഇഞ്ചിയും തേനും ചേർത്ത നാരങ്ങാ വെള്ളം മോന്തിയും ചുറ്റിപ്പറ്റി നിന്നു,
ഉച്ചപ്പടനേരമായപ്പോൾ വിയർപ്പൊപ്പും പോലെ പെട്ടെന്നൊരു ടവ്വലെടുത്ത് മുഖം തുടച്ചുമറച്ച്
വേഗത്തിൽ തിയേറ്ററിലേക്ക് ഊളിയിട്ടു.
സ്മിത, സമൃദ്ധമായ ശരീരമുലച്ചും
കടൽ നിറഞ്ഞ കണ്ണുകളടച്ചും
ചോരയിറ്റുന്ന ചുണ്ടുകൾ പിളർത്തിയും
ഭൂതകാലത്തിന്റെ നീലിച്ച,
വന്യമായ രതികല്പനകളിലേക്ക്
കണ്ടുകൊണ്ടിരുന്നവരെ കൊണ്ടുപോയി.
അവർക്ക് ഉഷ്ണിച്ചു തുടങ്ങി.

കൊടുങ്കാടലയുമ്പോൾ
ഇടയ്ക്കെപ്പോഴോ മഴ നനയുന്നതറിഞ്ഞു.
തളർന്നിരിക്കുമ്പോൾ
അവർ മറന്നേ പോയിരുന്നു
എന്നേ ഭൂമിയുപേക്ഷിച്ചു പോയ
ഒരു ശരീരമാണ് തിരയിൽ
തങ്ങളെയിപ്പോൾ തപിപ്പിക്കുന്നതെന്ന്.
ഉപേക്ഷിച്ചു പോയിട്ടും
ഉപേക്ഷിക്കാനാവാത്ത
പെൺശരീരം.

ആടുമേയ്ക്കൽ

സംഗീതം പിശാചിന്റേതെന്ന് നീ പറഞ്ഞു. നൃത്തം, ദേഹത്തിലെ അവന്റെ ഉറഞ്ഞു തുള്ളലെന്നും.

രണ്ടും എന്റെ ജീവനായിരുന്നിട്ടും ഞാനുപേക്ഷിച്ചു;

നിനക്കുവേണ്ടി.

കണ്ണുകൾ, വഴിതെറ്റിക്കുന്ന ജാലകങ്ങളാണെന്ന് നീ പറഞ്ഞു. ശരീരം പിശാചിന് എളുപ്പം വഴിപ്പെടുന്നതാണെന്നും.

അതുമൂടാൻ നീയെനിക്ക് ബുർഖ തന്നു.

കൈയുറകളും കാലുറകളും.

ഞാൻ വീടിനുള്ളിലെ വീടിലായി.

നീയെന്നെ അജ്ഞാതന്റെ പ്രബോധനങ്ങൾക്ക്

കൊണ്ടുപോയി. ഞാനും എന്നേപ്പോലെ പലരും മുഖങ്ങളില്ലാത്തവരായി അയാളെ ശ്രവിച്ചു.

പഠിച്ചതിനും അറിഞ്ഞതിനും ചിന്തിച്ചതിനും നിരക്കാത്ത പലതും തലയിൽ കയറാൻ മടിച്ച് അങ്ങിങ്ങു പാറിനടന്നു.

ഞാനറിഞ്ഞ ദൈവം കാരുണ്യവാനായിരുന്നു, എല്ലാം അറിയുന്നവൻ, ഏകൻ, അരൂപി.

അവന് യുദ്ധസന്നാഹങ്ങളും പടയാളികളും ബോംബുകളും ചാവേറുകളും ആവശ്യമില്ലായിരുന്നു; നിസ്സാരരായ മനുഷ്യരിൽനിന്ന് അംഗരക്ഷകരെയും..

സ്നേഹവും സാഹോദര്യവും പങ്കുവയ്ക്കലുകളുമൊന്നുമായിരുന്നില്ല പക്ഷേ, അജ്ഞാതൻ പഠിപ്പിച്ചത്.

നീ പറഞ്ഞതുപോലെ വിശ്വാസത്തിന്റെ അഗാധതകൾ തേടിപ്പോകലുമായിരുന്നില്ല അത്.

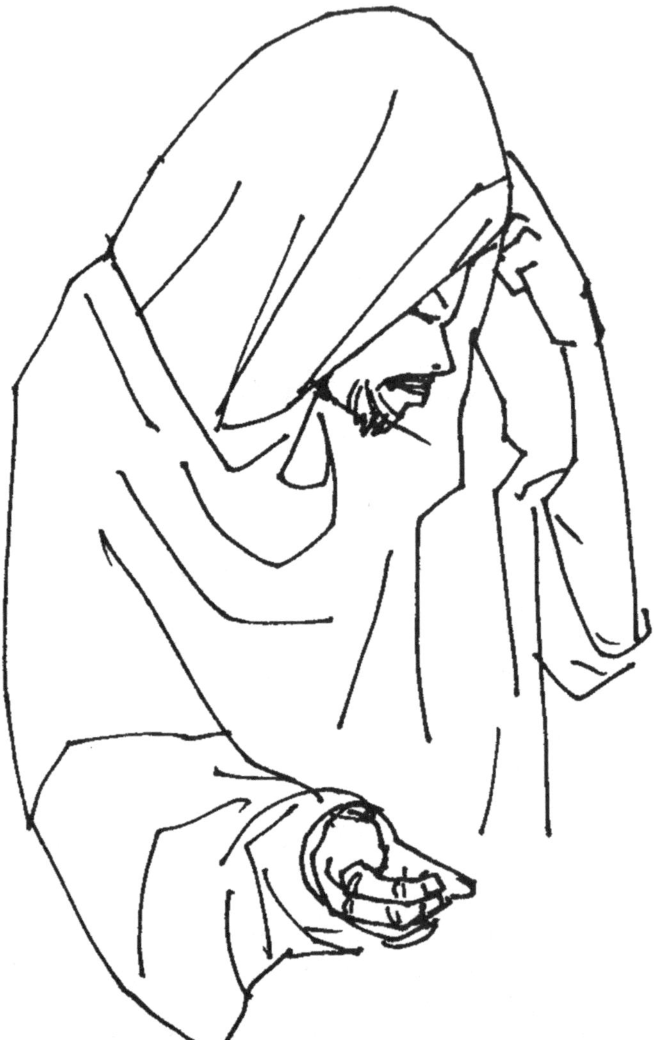

യുദ്ധം, വെറുപ്പ്, ഉന്മൂലനം, ജിഹാദ്.

ക്ലാസ് മുറിയെ ഇടയിലൊരു പടുതകൊണ്ട് മറച്ചിരുന്നു.

ആണിനേയും പെണ്ണിനേയും പിശാചിൽനിന്ന് വേർതിരിക്കാൻ.

എന്നിട്ടും അതിന്റെ വിടവിലൂടെ നീ ശ്രദ്ധാപൂർവ്വം അജ്ഞാതനെ ശ്രവിച്ചിരിക്കുന്നത് ഞാനൊളിഞ്ഞു കണ്ടു. നിരന്തരം കുറിച്ചെടുക്കുന്നതും

ചോദ്യങ്ങൾ ചോദിക്കുന്നതും തൃപ്തനാകുന്നതും.

“നമ്മളും പോകുന്നു സ്വർഗ്ഗം നേടാൻ.” ഭ്രാന്തമായ ആവേശത്തിൽ, മടങ്ങുമ്പോൾ നീയെന്നോട് പറഞ്ഞു.

“ഉവ്വ്,”

ഞാൻ പറഞ്ഞു. “ഞാനും നീയുമായി.”

ഞാൻ നിന്നെയുപേക്ഷിച്ചു മടങ്ങി. നിറങ്ങളും, കാറ്റും വെളിച്ചവും ഒച്ചപ്പാടുകളുമുണ്ടായിരുന്ന എന്റെ ലോകത്തിലേക്ക്. മുഖമുണ്ടായിരുന്ന മനുഷ്യർക്കിടയിലേക്ക്.

നീയോ ദൈവമാർഗ്ഗത്തിൽ ആടുമേയ്ക്കുകയാണെന്ന്, പിന്നെ ഞാൻ

ആരോ പറഞ്ഞുകേട്ടു. ഇപ്പോൾ,

ചാവേറായി ചിതറിയെന്നും.

എന്തുകൊണ്ടോ എല്ലായ്പ്പോഴും നീ മൂളി നടന്നിരുന്ന ഒരു പാട്ട്, വരികളില്ലാത്ത ആ ഈണം

ഞാനപ്പോളോർത്തു പോയി.

ഒപ്പം, ഒരു പൊട്ടിത്തെറിയുടെ ഭ്രാന്തൻ സംഗീതവും;

പിശാചിന്റെ.

●

അനുബന്ധം 1

ബഹുസ്വരതയുടെ ലോകങ്ങൾ: ഷാഹിന ഇ കെയുടെ കഥകളിൽ

അമിത രാജീവ്

ജീവിതത്തിന്റെ സൂക്ഷ്മവും ഋജുവുമായ അനുഭവത്തെ മൂർത്തമായി ആവിഷ്കരിക്കാനാണ് ചെറുകഥ ശ്രമിക്കുന്നത്. സങ്കീർണ്ണമായ ജീവിതത്തിന്റെ ചുരുളഴിക്കുംവിധമായിരിക്കും കഥയുടെ ഘടന. മനുഷ്യജീവിതസ്പർശിയായ ഏതെങ്കിലും ഒരു സംഭവത്തെ വായനക്കാരന്റെ മനസ്സിൽ ശക്തമായ ഒരനുഭൂതി സംവദിപ്പിക്കാൻ കഴിയുന്ന വിധമായിരിക്കണം കഥ രൂപകല്പന ചെയ്യേണ്ടത്. ഈ വിധം കാലത്തോടും മനുഷ്യജീവിത പ്രശ്നങ്ങളോടും നിരന്തരം സംവദിക്കുന്ന ഒന്നായി ചെറുകഥ മാറുന്നു. കാലം മാറുന്നതിനനുസരിച്ച് പരിണാമത്തിന് വിധേയമാകുന്ന ഘടന സാഹിത്യജനുസ്സുകളിലും ഉള്ളടങ്ങിയിരിക്കും. സാഹിത്യം എന്നത് ഒരു സാംസ്കാരികോല്പന്നമാണ്. നിലനില്ക്കുന്ന കാലത്തിന്റെ പ്രതിഫലനവും പ്രതികരണവുമാണ് സാഹിത്യം. ഇതര സാഹിത്യ വ്യവഹാരരൂപങ്ങളെ അപേക്ഷിച്ച് രൂപപരവും ആഖ്യാനപരവുമായ വ്യതിരിക്തതകൾ കൂടുതൽ സ്വീകരിച്ചിട്ടുള്ളത് ചെറുകഥയാണ്. ജീവിതത്തിന്റെ സമസ്ത മേഖലകളെയും അടയാളപ്പെടുത്തുന്ന വൈവിദ്ധ്യപൂർണ്ണമായ ഘടനയാണ് സമകാലീന കഥകളുടെ കാതൽ. സാമൂഹികാവസ്ഥയിൽ സൃഷ്ടിക്കപ്പെട്ട ഘടകങ്ങളുടെ പ്രതിരോധാത്മക വ്യവഹാരം എന്ന നിലയിലാണ് ഉത്തരാധുനികസാഹിത്യം രൂപപ്പെട്ടത്. അവയിൽ ഉത്തരാധുനിക ലോകബോധത്തെ സൂക്ഷ്മമായി അവതരിപ്പിക്കുവാൻ സാധിച്ചത് മലയാള ചെറുകഥയ്ക്കാണ്. ഉത്തരാധുനിക ചെറുകഥാസാഹിത്യം ബഹുസ്വരമായ ലോകത്തെ അടയാളപ്പെടുത്തുന്നു. സങ്കീർണ്ണത, സ്വത്വപ്രതിസന്ധികൾ, സംഘർഷം, ലിംഗനീതി, വിമതലൈംഗികത, പാരിസ്ഥിതിക ജാഗ്രത, മാനസിക വ്യാപാരങ്ങൾ, സാമൂഹിക പ്രശ്നങ്ങൾ, സാങ്കേതിക, പ്രതീതിയാഥാർത്ഥ്യലോകം, ഭാവനാസഞ്ചാരങ്ങൾ തുടങ്ങി വൈവിദ്ധ്യ പൂർണ്ണമായ

ലോകത്തിലൂടെയാണ് സമകാലിക കഥ മുന്നേറുന്നത്. ഈ വിധം രൂപപ്പെടുന്ന സാമൂഹികാനുഭവങ്ങളോടുള്ള പ്രതികരണം എന്ന നിലയിലാണ് ഷാഹിന ഇ കെ യുടെ കഥകൾ ശ്രദ്ധേയമാകുന്നത്. ആഖ്യാനപരവും ഭാഷാപരവുമായ സവിശേഷതകൊണ്ടും പ്രമേയവൈവിദ്ധ്യം കൊണ്ടും വ്യത്യസ്തമാകുന്ന അനുഭവലോകമാണ് ഷാഹിന ഇ കെ നിർമ്മിച്ചെടുത്തത്.

മാധ്യമസംസ്കാരം, സ്ത്രീ സ്വത്വ പ്രതിസന്ധികൾ, ഉടലിന്റെ അഭിലാഷങ്ങൾ, മനുഷ്യബന്ധങ്ങളുടെ വ്യത്യസ്താവിഷ്കാരങ്ങൾ തുടങ്ങി വൈവിദ്ധ്യമാർന്ന പ്രമേയങ്ങളാണ് ഷാഹിന ഇ കെ യുടെ കഥാലോകം പ്രതിനിധാനം ചെയ്യുന്നത്. വർത്തമാനകാലലോകത്തിന്റെ വ്യത്യസ്തതകളെ സൂക്ഷ്മതയോടെ അവതരിപ്പിക്കുന്ന ഷാഹിനയുടെ കഥകൾ സമകാലിക സാമൂഹികാവസ്ഥയുടെ അന്വേഷണം എന്ന നിലയിൽ പ്രസക്തമാകുന്നു.

മാധ്യമാധിനിവേശവും അപമാനവീകരണവും

ആധുനിക മാധ്യമങ്ങൾ ക്രിയാത്മകമായ ആശയവിനിമയം നടത്തുന്ന പൊതുവിടങ്ങളായിരുന്നെങ്കിൽ ഉത്തരാധുനികതയിൽ വിപണികേന്ദ്രിത മാധ്യമങ്ങൾ സൃഷ്ടിക്കുന്ന ഉപഭോഗസംസ്കാരത്തിലേക്ക് ഇവ പരിണമിക്കുന്നു. അച്ചടി മാധ്യമങ്ങൾ സൃഷ്ടിച്ച പൊതുമണ്ഡലങ്ങൾ ആധുനികാനന്തതയിൽ ഇലക്ട്രോണിക് മാധ്യമങ്ങൾ ഇല്ലാതെയാക്കി. മുതലാളിത്ത വ്യവസ്ഥ, മാധ്യമത്തിന്റെ അഭിരുചി നിർണ്ണയശേഷി, പരസ്യങ്ങളുടെ പ്രത്യയശാസ്ത്രം, സംസ്കാരത്തിന്റെയും മാധ്യമത്തിന്റെയും ചരക്കുവല്ക്കരണം എന്നിങ്ങനെ നിരവധി പശ്ചാത്തലത്തിൽ ചേർന്ന് സൃഷ്ടിച്ച ഒന്നാണ് ഉത്തരാധുനികമാധ്യമസംസ്കാരം. ഉത്തരാധുനിക ലോകബോധത്തെ നിയന്ത്രിക്കുകയും നിർണ്ണയിക്കുകയും ചെയ്യുന്ന ഒന്നായി മാധ്യമങ്ങൾ മാറിയിരിക്കുന്നു.

വിവരസാങ്കേതികവിദ്യയുടെ വലയിൽ അകപ്പെട്ട പെൺകുട്ടിയുടെയും അവളുടെ അച്ഛന്റെയും ജീവിതം വാർത്താവിതരണത്തിലൂടെ ആഖ്യാനം ചെയ്യുന്ന രീതിയിലാണ് ഷാഹിനയുടെ 'മിസ്ഡ് കാൾ' എന്ന കഥ അവതരിപ്പിക്കുന്നത്. കഥയിൽ മാധ്യമം കഥയുടെ ആഖ്യാനസാങ്കേതമായി മാറുകയും ഒരു വ്യക്തിയുടെ ജീവിതത്തെ അവതരിപ്പിക്കുവാൻ ടെലിവിഷന്റെയും വാർത്താവിതരണത്തിന്റെയും സാങ്കേതികത്വത്തെ ഉപയോഗിക്കുകയും ചെയ്യുന്നു. നവസാങ്കേതികവിദ്യയുടെ വലയിലകപ്പെട്ട പെൺകുട്ടിയുടെ അച്ഛനെ കേന്ദ്രകഥാപാത്രമാക്കിയുള്ള ചാനൽ ചർച്ചകളിലൂടെയാണ് കഥ പുരോഗമിക്കുന്നത്. "മനഃസാക്ഷിയറ്റ ഒരു സമൂഹത്തിനാൽ ചിതറിത്തെറിക്കപ്പെട്ട ഒരു പെൺകുട്ടിയുടെ അച്ഛനെന്ന നിലയ്ക്ക് താങ്കൾ എങ്ങനെയാണ് സംഭവത്തോട് പ്രതികരിക്കുന്നത്? എന്താണ് താങ്കൾക്ക് പറയാനുള്ളത്?" (2011:13) മനുഷ്യന്റെ സ്വകാര്യതകളിലേക്ക് അനാവശ്യമായി ഇറങ്ങിച്ചെന്ന് പ്രശ്നത്തെ കൂടുതൽ സാങ്കേതികമാക്കാ

നാണ് ചാനൽ ചർച്ചകൾ ശ്രമിക്കുന്നത്.

ഒരു പ്രശ്നത്തിന് പരിഹാരം കാണാൻ നിയോഗിക്കപ്പെട്ട ചാനൽ ചർച്ചകൾ തന്നെ ആ പ്രശ്നത്തെ കൂടുതൽ വഷളാക്കുകയും തങ്ങളുടെ റേറ്റിങ് കൂട്ടാൻ വേണ്ടിയുള്ള ഉപാധിയാക്കി മാറ്റുകയും ചെയ്യുന്നു. മാധ്യമത്തിന്റെ ചതുരവലയങ്ങളിൽ അകപ്പെട്ട അച്ഛൻ അമ്പരപ്പോടെയാണ് താൻ അകപ്പെട്ട മാധ്യമസംസ്കാരത്തെ നോക്കിക്കാണുന്നത്. തങ്ങളുടെ മാനസികാവസ്ഥപോലും പരിഗണിക്കാതെ നിരന്തരം ആവർത്തിക്കപ്പെടുന്ന ന്യൂസ് റീഡറുടെ ചോദ്യവും ഫ്ളാഷ് ലൈറ്റുകളും ചൂടും വെളിച്ചവും എല്ലാം കൂടിച്ചേർന്ന് മാനസികനില തകരുന്ന അവസ്ഥയിലേക്ക് പെൺകുട്ടിയുടെ അച്ഛൻ കടന്നു ചെല്ലുന്നു. മാധ്യമം മനുഷ്യവിഷമങ്ങളിലേക്ക് അനാവശ്യമായി കടന്നുകയറുകയും അതിന്റെ താല്പര്യമനുസരിച്ച് ഒരു വ്യക്തിയെയും സമൂഹത്തെയും അവരുടെ പ്രശ്നങ്ങളെയും കൂടുതൽ സങ്കീർണ്ണവല്ക്കരിക്കുകയും ചെയ്യുന്നതിനെപ്പറ്റിയുള്ള അന്വേഷണമാണ് 'മിസ്കാൾ' എന്ന കഥയിലെ സൂക്ഷ്മരാഷ്ട്രീയം ചർച്ച ചെയ്യുന്നത്.

'മിസ്ഡ് കാൾ' എന്ന കഥയിൽ മാധ്യമം ഒരധിനിവേശമായിരുന്നു എങ്കിൽ 'ഒരാത്മഹത്യയുടെ പുരാവൃത്തം' എന്ന കഥയിൽ മാധ്യമാഭിനിവേശവും വിധേയത്വവുമാണ് കാണുന്നത്. ഒരു പെൺകുട്ടിയുടെ ആത്മഹത്യയും അതേത്തുടർന്നുള്ള ചാനൽ ചർച്ചകളും വഴിയാണ് കഥ മുന്നോട്ട് പോകുന്നത്. ആത്മഹത്യ ചെയ്ത പെൺകുട്ടിയുടെ വീട്ടിലെത്തുന്നവരെ ആ മരണത്തേക്കാൾ അലട്ടുന്നത് അവളെന്തിന് ആത്മഹത്യ ചെയ്തു എന്നതാണ്. മറ്റുള്ളവരുടെ ജീവിത പ്രശ്നങ്ങൾ അറിയാനുള്ള മനുഷ്യന്റെ അടങ്ങാത്ത ആകാംക്ഷയെ കഥാകാരി വിമർശനവിധേയമാക്കുന്നു. പെൺകുട്ടിയുടെ ആത്മഹത്യയുടെ കാരണമന്വേഷിക്കാൻ നിയോഗിച്ച ചർച്ച സമിതിയംഗങ്ങളും മനഃശാസ്ത്രജ്ഞനും പ്രശ്നത്തിന് പരിഹാരം കാണുന്നതിന് പകരം തങ്ങളുടെ കഴിവ് പ്രദർശിപ്പിക്കുന്ന വേദിയായി ചാനൽ ചർച്ചകളെ മാറ്റുന്ന അവസ്ഥ കഥാകാരി പരിഹാസം കലർന്ന വിമർശനത്തിൽ അവതരിപ്പിക്കുന്നു. ആത്മഹത്യചെയ്ത പെൺകുട്ടികളുടെ സുഹൃത്തുക്കൾ ആത്മഹത്യയെക്കുറിച്ചുള്ള വിവരങ്ങൾ നല്കാൻ വേണ്ടി പുത്തൻ വസ്ത്രങ്ങളണിഞ്ഞ് വാർത്തകളിൽ നിറയാൻ കാത്തിരിക്കുന്ന കാഴ്ചയിലാണ് കഥ അവസാനിക്കുന്നത്.

മാധ്യമസംസ്കാരം ഒരു ജനതയുടെ ജീവിതക്രമത്തെയും സൗന്ദര്യബോധങ്ങളെയും നിർണ്ണയിക്കുകയും പുനഃനിർമ്മിക്കുകയും ചെയ്യുന്ന ലോകത്താണ് നാം ജീവിക്കുന്നത്. സ്വന്തം സുഹൃത്തിന്റെ ആത്മഹത്യയിലൂടെ ആയാൽപ്പോലും മാധ്യമത്തിൽ ഒരു വേദി കിട്ടുന്നത് ഒരുതരം ഉന്മാദത്തോടെയാണ് പുതുതലമുറക്കാർ ഏറ്റെടുക്കുന്നത്. 'ഒരാത്മഹത്യയുടെ പുരാവൃത്തം' എന്ന കഥയിലും ഈ വിധം മാധ്യമാധിനിവേശത്തിലൂടെ മനഃസാക്ഷി നഷ്ടപ്പെട്ട സമകാലിക സമൂഹത്തിന്റെ ചിത്രമാണ് ഷാഹിന അവതരിപ്പിക്കുന്നത്.

സ്ത്രീസ്വത്വാഖ്യാനത്തിന്റെ രാഷ്ട്രീയ പാഠങ്ങൾ

ഉത്തരാധുനിക ലോകബോധത്തിൽ കൂടുതൽ വ്യാപകമാക്കപ്പെട്ട ചിന്താപദ്ധതിയാണ് സ്വത്വം എന്നത്. സ്വയം തിരിച്ചറിയാനും അതിനെ തുടർന്ന് താൻ ജീവിക്കുന്ന സമൂഹത്തിലെ അസമത്വങ്ങൾ തിരിച്ചറിയാനും തുടങ്ങുന്ന വ്യക്തിയുടെ ബോധമാണ് സ്വത്വബോധമെന്ന് സാമാന്യമായി പറയാം. സ്ത്രീയായാലും പുരുഷനായാലും ഓരോരുത്തർക്കും തനതായ സ്വത്വമുണ്ട്. ഈ സ്വത്വത്തിൽ ആന്തര ശക്തികളോടൊപ്പം ബാഹ്യശക്തികളും സ്വാധീനിക്കുന്നുണ്ട്. ഒരു വ്യക്തിയിൽ സ്വാഭാവികമായി ഒരു സ്വത്വമുണ്ടായിരിക്കും. അതിൽ അവന്റെ ജാതി, മതം, ലിംഗം, വർഗ്ഗം, ദേശം, തൊഴിൽ എന്നീ ഘടകങ്ങൾ ഉള്ളടങ്ങിയിരിക്കും. ഈ വിധം രൂപംകൊള്ളുന്ന സ്വാഭാവിക സ്വത്വത്തെ അപരൻ നിർവ്വചിക്കപ്പെടുമ്പോൾ ഉണ്ടാകുന്ന പ്രതിസന്ധികളാണ് സ്വത്വസംഘർഷമായിത്തീരുന്നത്.

സാഹിത്യത്തിലും സമൂഹത്തിലും ഒരുപോലെ പരിണാമത്തിന് വിധേയയാകുന്നവളാണ് സ്ത്രീ. കുടുംബം, സമൂഹം, മതം എന്നീ ഘടകങ്ങളാണ് പ്രധാനമായും സ്ത്രീ സ്വത്വത്തെ രൂപപ്പെടുത്തുന്നത്. സ്ത്രീയുടെ സ്വത്വത്തിന് മേൽ സമൂഹവും മതവുമേല്പിക്കുന്ന കല്പനകൾ കുടുംബത്തിലൂടെയാണ് നടപ്പിലാക്കുന്നത്. ഭരണകൂടത്തിന്റെ ചെറിയൊരധികാരരൂപമായി നമുക്ക് കുടുംബത്തിനെ കാണാം. സ്ത്രീ എന്തായിരിക്കണം എന്നും എങ്ങനെ ജീവിക്കണം എന്നും കുടുംബവ്യവസ്ഥയിൽ അലിഖിതമായി തന്നെ രേഖപ്പെടുത്തിയിരിക്കുന്നു. പാട്രിയാർക്കൽ സങ്കല്പധാരണകൾക്ക് ഉത്തമോദാഹരണമണ് കുടുംബം. സമൂഹം നിലനില്ക്കുന്നത് സമ്പത്തിന്റെ അടിസ്ഥാനത്തിലാണ്. ഈ സാമ്പത്തിക നിലയാണ് പുരുഷകേന്ദ്രിതമായ അധികാരവ്യവസ്ഥയ്ക്ക് രൂപം നല്കിയത്. ദായക്രമത്തിലെ ഈ മാറ്റം പുരുഷനെ അധികാരിയും സ്ത്രീയെ അധികാരം ഏറ്റുവാങ്ങാൻ വിധിക്കപ്പെട്ടവളുമാക്കി മാറ്റി. മനുഷ്യർക്കിടയിൽ രൂപംകൊണ്ട ആദ്യവൈരുദ്ധ്യം സ്ത്രീ–പുരുഷബന്ധങ്ങളിലെ വൈരുദ്ധ്യമാണെന്നും ആദ്യത്തെ വർഗ്ഗചൂഷണം ലിംഗാധിപത്യത്തിലൂടെ പുരുഷൻ ഏല്പിച്ച ചൂഷണമാണെന്നും എംഗൽസ് ചൂണ്ടിക്കാണിക്കുന്നു. സ്ത്രീസ്വത്വത്തെ വിഘടിപ്പിക്കുന്നതിൽ പ്രധാനപങ്ക് വഹിക്കുന്നത് കുടുംബത്തിനുള്ളിൽ തന്നെയുള്ള പുരുഷാധിപത്യ വ്യവസ്ഥയാണ്. കുടുംബം, സമൂഹം, മതം എന്നിങ്ങനെയുള്ള സാമൂഹിക ഇടങ്ങളുടെ അപനിർമ്മാണത്തിലൂടെ മാത്രമേ നിലനില്ക്കുന്ന അധികാരവ്യവസ്ഥയെ ഇല്ലാതാക്കാനാകൂ. കെ സരസ്വതിയമ്മ മുതലിങ്ങോട്ടുള്ള സ്ത്രീ എഴുത്തുകാരികൾ കുടുംബത്തെയും ആൺപെൺ ബന്ധങ്ങളിലെ മേൽ–കീഴ് നിലകളെയും പ്രശ്നവല്ക്കരിച്ചുകൊണ്ട് രചന നടത്തിയവരാണ്. സമൂഹത്തിന്റെ ഇത്തരം പൊരുത്തക്കേടുകളോട് പ്രതികരിക്കാനാണ് ഓരോ എഴുത്തുകാരികളും ശ്രമിക്കുന്നത്.

സമൂഹം, കുടുംബം തുടങ്ങിയ അധികാരപരിധിക്കുള്ളിൽ ഉള്ള പൊരുത്തക്കേടുകളാണ് ഷാഹിനയുടെ സ്ത്രീകഥാപാത്രങ്ങൾ നേരിടുന്ന സ്വത്വ പ്രതിസന്ധികൾ. ചിത്രകാരി, ദശാസന്ധി, കാഥാന്ത്യം എന്നീ കഥ

കളിൽ കുടുംബം എന്ന അധികാരവ്യവസ്ഥയ്ക്കുള്ളിൽ സ്ത്രീകൾ നേരിടുന്ന മാനസികവും ശാരീരികവുമായ വിഹ്വലതകളാണ് ചിത്രീകരിക്കുന്നത്. ചിത്രകാരി എന്ന കഥയിൽ ചിത്രരചനയിലുള്ള തന്റെ കഴിവുകളെ എന്നെന്നേക്കുമായി ഫിസ ഉപേക്ഷിക്കുന്നു. കുടുംബത്തിനുള്ളിലെ സ്വരച്ചേർച്ചയില്ലായ്മകളും സംഘർഷങ്ങളുമാണ് അനുസരണയുള്ള ഒരുവളാക്കി സ്ത്രീയെ മാറ്റുന്നത്. ജന്മനായുള്ള തന്റെ കഴിവുകളെയും ഇഷ്ടങ്ങളെയും മറക്കാൻ വിധിക്കപ്പെട്ടവളായി സ്ത്രീ മാറുന്നു. സ്വന്തം സർഗ്ഗാത്മകതയെപ്പോലും അന്യമാക്കുന്ന തരത്തിലേക്ക് സ്ത്രീജീവിതത്തെ ആകമാനം തന്റെ അധികാരത്തിന് വിധേയമാക്കുന്ന പുരുഷ രാഷ്ട്രീയമാണ് ചിത്രകാരി എന്ന കഥയിൽ ഷാഹിന അവതരിപ്പിക്കുന്നത്.

'ദശാസന്ധി'യിലും 'കഥാന്ത്യം' എന്ന കഥയിലും സാഹിത്യകാരിയുടെ അടക്കാനാകാത്ത സർഗ്ഗാത്മകവാസനകളാണ് അവതരിപ്പിക്കുന്നത്. 'ദശാസന്ധി'യിൽ കുടുംബവ്യവസ്ഥയ്ക്കുള്ളിൽ സ്വയം കീഴ്പ്പെട്ട് ഉയർന്നുവരാൻ സാഹചര്യം ഉണ്ടായിട്ടും അതിൽ താല്പര്യമില്ലാതെ പ്രതിസന്ധികളോട് പൊരുത്തപ്പെട്ട് സഹനഭാവത്തിൽ സംഘർഷങ്ങളോട് പ്രതികരിക്കുന്ന സ്ത്രീയെയാണ് കാണുന്നത്. എന്നാൽ 'കഥാന്ത്യം' എന്ന കഥയിൽ അധികാരവ്യവസ്ഥകളോട് ഉള്ള പ്രതിരോധത്തിന്റെ ശബ്ദമുയർത്തുന്ന ശ്രീല എന്ന കഥാപാത്രമാണ് ഉള്ളത്. തന്റെ പൂർത്തിയാകാത്ത കഥകളിലെ കഥാപാത്രങ്ങൾ അവരുടെ സ്വത്വപൂർത്തീകരണത്തിനുവേണ്ടി കഥാകാരിയോട് തന്നെ പ്രതിഷേധിക്കുന്നു. "അരുണയുടെയും ജയന്തന്റെയും ദുർബ്ബലമായ കരച്ചിലുകൾ നോട്ടുപുസ്തകത്താളുകൾക്കിടയിൽ നിന്ന് ചതഞ്ഞ വാലൻ പുഴുക്കളെപ്പോലെ ജീവനുവേണ്ടി അവസാനമായിയിഴഞ്ഞു വരുന്നത് ഞാനറിയുന്നുണ്ടായിരുന്നു. ആ നിലവിളികൾ സഹിക്കവയ്യാതെ, അവരെ മുറുകെ ചേർത്തു പിടിച്ചുകൊണ്ട് മുറിയിലേക്കോടിക്കയറി, ലോകം മുഴുവൻ പുറത്താക്കി ഞാൻ വാതിൽ തഴുതിട്ടു." (2014:62) സർഗ്ഗാത്മകതയുടെ സംഘർഷവേളയിൽ സ്വന്തം കുടുംബത്തിന്റെ അതിരുകൾ വിട്ട് കഥാകാരിക്ക് തന്റേതായൊരിടം കണ്ടെത്തേണ്ടതായി വരുന്നു. എഴുത്തുകാരികൾക്ക് സ്വാതന്ത്ര്യവും സാമ്പത്തിക ഭദ്രതയും സ്വന്തമായി അല്പം സമയവും ഒരെഴുത്തുമുറിയും ഉണ്ടാവേണ്ടതിനെപ്പറ്റി വെർജീനിയ വുൾഫ് 'A room of One's Own' (എഴുത്തുകാരിയുടെ മുറി) എന്ന കൃതിയിൽ പറയുന്നു. സർഗ്ഗാത്മകതയുടെ പൂർത്തീകരണത്തിന് കുടുംബത്തിന്റേയും ഇതര അധികാരവ്യവസ്ഥകളുടെയും അധികാരത്തെ ലംഘിച്ച് തന്റേതായൊരു ഇടം കണ്ടെത്തേണ്ടിവരുന്ന സ്ത്രീകളുടെ ജീവിതമാണ് 'കഥാന്ത്യം' എന്ന കഥയിൽ കാണുന്നത്.

സാമൂഹികമായി സ്ത്രീ അനുഭവിക്കുന്ന വിലക്കുകളോടും പുരുഷസമൂഹം സ്ത്രീകളിൽ ഏല്പിക്കുന്ന അധികാരവ്യവസ്ഥകളോടുമുള്ള പ്രതിഷേധമാണ് 'ബോംബെ ദീദി,' 'യന്ത്രപ്പാവ,' 'മൂന്നാമത്തെ ഹോണടി' എന്നീ കഥകൾ. 'ബോംബെ ദീദി' എന്ന കഥയിൽ വിവാഹത്തോടെ ഒരു സ്ത്രീയുടെ ജീവിതം തകർന്ന കാഴ്ചയാണ് കാണുന്നത്. സമൂഹത്തിന്റെ

ധാരണകൾക്കനുസരിച്ച് കെട്ടിയുണ്ടാക്കുന്ന പ്രതിമകളാണ് സ്ത്രീസ്വത്വം. ഈ സങ്കല്പങ്ങളെ അനുസരിക്കുന്നവൾ എന്നും പതിവ്രതയും കുടുംബത്തിൽ ഐശ്വര്യമുള്ളവളുമാണ്. എന്നാൽ ഈ സങ്കല്പത്തിന്റെ ലംഘനം സ്ത്രീയെ തന്റേടിയും ഭ്രാന്തിയുമാക്കുന്നു.

'ബോംബെ ദീദി' എന്ന കഥയിൽ സ്വന്തം ഭർത്താവിനാൽ പിച്ചിച്ചീന്തപ്പെട്ട സ്ത്രീയുടെ ജീവിതമാണ് അവതരിപ്പിക്കുന്നത്. ബോംബെയുടെ തെരുവുകളിൽ സ്വന്തം ശരീരം വിറ്റ് ജീവിക്കേണ്ടിവരുന്ന ഒരു സ്ത്രീയെന്ന കാഴ്ചപ്പാടിലാണ് സമൂഹം അവരെ ബോംബെ ദീദിയെന്ന് സംബോധന ചെയ്തത്. ഇത്തരത്തിൽ സമൂഹം തന്നെ സൃഷ്ടിച്ചെടുക്കുന്ന ചില ലേബലുകളിൽ കിടന്ന് ഞെരിഞ്ഞമരുന്ന സ്ത്രീജീവിതത്തെ സമൂഹം തന്നെ വെറുപ്പോടെ നോക്കുന്ന അവസ്ഥയുടെ ചിത്രം കഥയിൽ കാണാം. തന്റെ സുഖലോലുപതയ്ക്ക് വേണ്ടി ഉപയോഗിച്ചശേഷം സ്ത്രീ ശരീരങ്ങൾ തെരുവിലേക്ക് വലിച്ചെറിയപ്പെടുന്ന സാമൂഹിക യാഥാർത്ഥ്യത്തെ കഥാകാരി പ്രശ്നവല്ക്കരിക്കുന്നു.

ഇസ്ലാം സമുദായത്തിലെ ആണധികാര വ്യവഹാരങ്ങളോടും പഴകിതുടങ്ങിയ ചില മാമൂൽ രേഖകളോടുമുള്ള പ്രതിഷേധവും പ്രതികരണവുമാണ് 'യന്ത്രപ്പാവ' എന്ന കഥ. നിഷേധിക്കപ്പെട്ട അവസരങ്ങൾ, മതനിർമ്മിതമായ അച്ചുകൾക്കുള്ളിൽ വാർത്തെടുക്കുന്ന സ്ത്രൈണബിംബങ്ങളുടെ ഏകതാനത, നിശ്ശബ്ദമാക്കപ്പെട്ട അനുസരണയിലൂടെ മാത്രം സാദ്ധ്യമാകുന്ന നിലനില്പ് തുടങ്ങി ഇസ്ലാം മതത്തിന്റെ സ്ത്രീവിരുദ്ധമായ യാഥാസ്ഥിതികതയെ വിമർശനവിധേയമാക്കുന്നു 'യന്ത്രപ്പാവ'. സ്ത്രീക്കും പുരുഷനും തുല്യ പ്രാധാന്യവും പാപമോചനവും മഹത്തായ പ്രതിഫലനവും കല്പിക്കപ്പെടുന്ന *ഖുർആനി*ന്റെ ആൺവ്യാഖ്യാനങ്ങളാണ് സ്ത്രീകളെ നിയന്ത്രണങ്ങൾ കൊണ്ട് അടിമകളും ചപലകളുമാക്കി നിർത്തുന്നത്. *ഖുർആൻ* യുക്തിയും നീതിയും സമത്വവും വ്യാഖ്യാനം ചെയ്യുമ്പോൾ അത് മറച്ച് വെച്ച് അല്പജ്ഞാനികളും അപകടകാരികളുമായ മതവ്യാഖ്യാതാക്കൾ അവയെ വെറും സൂചനകൾ മാത്രമായി അവഗണിക്കുന്നതിനെ 'യന്ത്രപ്പാവ' എന്ന കഥയിലൂടെ വിമർശിക്കുന്നു. കഥയിലെ ഹമീദ ഇസ്ലാം മതത്തിന്റെ തിന്മകളും നന്മകളും ഒരുപോലെ ഏറ്റുവാങ്ങിയവളാണ്. വിദ്യാഭ്യാസത്തിനോ അഭിപ്രായ സ്വാതന്ത്ര്യത്തിനോ ഇടമില്ലാതെ പുരുഷതാല്പര്യത്തിന് വേണ്ടി മാത്രം ജീവിക്കേണ്ടിവരുന്ന വെറുമൊരു പൊള്ളയായ യന്ത്രപ്പാവയാണ് താനെന്ന് ഹമീദ പറയുന്നു. താൻ ഉള്ളപ്പോൾ തന്നെ ഭർത്താവ് മറ്റു വിവാഹം കഴിക്കേണ്ടിവരുന്നത് നിസ്സഹായയായി നോക്കി നില്ക്കേണ്ടിവരുന്ന സ്ത്രീയുടെ സ്വത്വസംഘർഷങ്ങൾ കഥയിൽ ഉള്ളടങ്ങിയിരിക്കുന്നു. "ചിലപ്പോഴെനിക്ക് ബാപ്പയോട് ദേഷ്യം തോന്നും. സകല ബാപ്പമാരോടും... കൈമാറ്റം ചെയ്യേണ്ട അപകടം പിടിച്ചൊരു വസ്തുപോലെ എന്തിനാണ് പെൺകുഞ്ഞുങ്ങളെയിങ്ങനെ" (72; 14) ഹമീദയുടെ വാക്കുകൾ നിയന്ത്രിക്കുന്ന സമുദായത്തോടും അതിന് വിധേയരാകുന്ന വർഗ്ഗത്തോടുമുള്ള പ്രതിഷേധമാണ്. ഈ വ്യവ

സ്ഥയ്ക്കുള്ളിൽ സ്ത്രീ ഒരേ സമയം ലിംഗപരവും സാമുദായികവുമായ ഇരട്ടകീഴാളത്തം ഏറ്റുവാങ്ങുന്നു. അതിനാൽ മതത്തിന്റെയും ആൺകോയ്മയുടെയും ചട്ടക്കൂടുകളെ ലംഘിച്ച് സ്ത്രീയുടെ മോചനമാണ് നാം ലക്ഷ്യമാക്കേണ്ടതെന്നും യന്ത്രപ്പാവയിലെ കഥാകാരി പറയുന്നു. 'മൂന്നാമത്തെ ഹോണടി' എന്ന കഥയിൽ മാനുഷികമൂല്യങ്ങൾക്കുപോലും വിലയില്ലാതെ പെണ്ണിനെ വെറും ഉപയോഗവസ്തുവായി കാണുന്ന മനഃസാക്ഷി നഷ്ടപ്പെട്ട ഒരു സമൂഹത്തെയാണ് കാണുന്നത്. ശരീരത്തിലധിഷ്ഠിതമായ കാമനകളുടെ പൂർത്തീകരണമായി പ്രണയം പോലും അധഃപതിക്കുന്നു. അദ്ധ്യാപകന്റെ പൂച്ചനോട്ടത്തിൽ നിന്നുള്ള മോചനമായിരുന്നു കാമുകന്റെ സാമീപ്യം. എന്നാൽ പെണ്ണിനെ വെറും ശരീരം മാത്രമായി കാണുന്ന സമൂഹത്തിന്റെ മുൻപിൽ വലിച്ചുകീറപ്പെട്ട ഒന്നായി സ്ത്രീയും അവളുടെ സ്വപ്നങ്ങളും മാറുന്നു. സഹതാപം, സ്നേഹം, അനുകമ്പ എന്നീ പരിവേഷമണിയുന്ന പുരുഷഭാവത്തിനു പിന്നിൽ മറയ്ക്കപ്പെട്ട ക്രൗര്യത്തെ സ്ത്രീ പലപ്പോഴും തിരിച്ചറിയപ്പെടാതെ പോകുന്നതാണ് 'മൂന്നാമത്തെ ഹോണടി' എന്ന കഥയിലൂടെ ഷാഹിന അവതരിപ്പിക്കുന്നത്. "സ്ത്രീ പുരുഷബന്ധം ചരിത്രപരമാണ് എന്നും ചരിത്രത്തിൽ അതിനിയും പരിണാമത്തിന് വിധേയമാകാനിരിക്കുന്നതാണെന്നും" എംഗൽസ് 'The orgin of the family private property and state' എന്ന ഗ്രന്ഥത്തിൽ ചൂണ്ടിക്കാട്ടുന്നുണ്ട്. (ഗീത 2004; 14) ഈ ഒരാശയം തന്നെയാണ് ഈ കഥകളും സൂചിപ്പിക്കുന്നത്. നിരന്തരമായി മാറ്റമില്ലാതെ തുടരുന്ന ആൺകോയ്മയും നിർബ്ബന്ധിത വിധേയത്വവും പ്രതിരോധിക്കേണ്ടതാണെന്ന ഒരുസന്ദേശമാണ് ഷാഹിനയുടെ സ്ത്രീപക്ഷ കഥകൾ വിവക്ഷിക്കുന്നത്.

ഉടലിന്റെ അഭിലാഷങ്ങൾ

അംഗീകൃത സാമൂഹിക ബോദ്ധ്യങ്ങളുടെ ലംഘനങ്ങൾ സമകാലിക സമൂഹത്തിൽ സർവ്വസാധാരണമായി അരങ്ങേറുന്ന പ്രവണതയാണ്. ശരീരങ്ങളെ ആൺപെൺ പദവിയിലേക്ക് മാറ്റി നിർത്തി വിവാഹം എന്ന സാമുദായിക പ്രക്രിയയിലൂടെ കുടുംബം എന്ന സ്ഥാപനത്തിലേക്ക് ചേർത്തുവയ്ക്കുമ്പോൾ യാന്ത്രികമായ ഒരു പ്രണയം സാമ്പ്രദായിക ചട്ടക്കൂടിൽ സൃഷ്ടിക്കുന്നു. എന്നാൽ സ്ത്രീ–പുരുഷ ദ്വന്ദ്വങ്ങൾക്ക് നിഷേധിക്കപ്പെട്ട ആനന്ദത്തിന്റെ പൂർത്തീകരണമായി കെട്ടിയുണ്ടാക്കിയ മാമൂലുകളെ ഇവർ ലംഘിക്കുന്നു. ലൈംഗികത എന്നത് അധികാരവ്യവസ്ഥയിലധിഷ്ഠിതമാണ്. "ലിംഗം വഹിക്കുന്ന ആൺ ശരീരം ആനന്ദാന്വേഷണങ്ങളുടെ കർത്തൃസ്ഥാനത്ത് പ്രതിഷ്ഠിക്കപ്പെടുന്നു." (വേണുഗോപാലൻ, 2006; 99) അധികാരം എന്നത് ആണധികാര വ്യവസ്ഥയിലേക്ക് പരിമിതപ്പെടുന്നു. ഇത്തരം സാഹചര്യത്തിൽ പെൺ ഇകഴ്ചയുടെയും, ആൺഉയർച്ചയുടെയും വാർപ്പുമാതൃകകളെ സാഹിത്യമടക്കം ചോദ്യം ചെയ്യുന്നു.

ഷാഹിന ഇ കെയുടെ 'കുണ്ടൻ' എന്ന കഥയിൽ സ്വവർഗ്ഗരതിക്കാരനായ വ്യക്തിയുടെ ആത്മസംഘർഷങ്ങളാണ് അവതരിപ്പിക്കുന്നത്.

"സ്വവർഗ്ഗ പ്രണയം പല സമൂഹങ്ങളിലും ആദ്യമായി സാഹിത്യപരമായി ചർച്ച ചെയ്യപ്പെടുന്നത് Querring എന്നറിയപ്പെടുന്ന സ്വവർഗ്ഗവായനയിലൂടെയാണ്" (അഗജ, 2016; 34) മലയാള ചെറുകഥ, സാഹിത്യം ആദ്യകാലം മുതൽ തന്നെ ഈ വിഷയത്തെ മുൻനിർത്തി രചനകൾ നടത്തിയിട്ടുണ്ട്. തകഴിയും പത്മരാജനും തൊട്ട് ഉത്തരാധുനികതയിലെ വി ആർ സുധീഷിലും പ്രമോദ്‌രാമനിലും വരെ വിമതലൈംഗികതയുടെ പ്രഖ്യാപനങ്ങൾ കാണാം. വിമതലൈംഗികതയെ സ്വവർഗ്ഗരതി എന്ന് ആലങ്കാരികമായി സഹൃദയനു മുൻപിൽ എത്തിച്ചത് മാധവിക്കുട്ടിയാണ്. ലെസ്ബിയൻ, ഗേ എന്നീ രണ്ട് സംജ്ഞകളിൽ കൂടി അവർ തന്റെ കഥകളെ വിപുലപ്പെടുത്തി. ഷാഹിനാ ഇ കെയുടെ 'കുണ്ടൻ' എന്ന കഥ പ്രമേയത്തിന്റെ വ്യത്യസ്തതകൊണ്ട് മറ്റൊരു തലത്തിൽ വ്യാഖ്യാനിക്കാം. സ്വവർഗ്ഗപ്രേമിയായ ഒരു പുരുഷന്റെ സംഘർഷങ്ങളുടെ കഥയാണ് ഇവിടെ പറയുന്നത്.

സ്വവർഗ്ഗ പ്രണയി ആയതുകൊണ്ട് സാമൂഹികവ്യവസ്ഥയോടും സ്നേഹിതരോടും നിരന്തരം ഏറ്റുമുട്ടേണ്ടിവരുന്ന ഒരു മുഷ്യന്റെ നിസ്സഹായത കഥകളിൽ അവതരിപ്പിക്കുന്നു. സ്വവർഗ്ഗ പ്രണയം എന്നത് ജന്മനായുള്ള സ്വാഭാവിക യാഥാർത്ഥ്യമാണെന്ന് അംഗീകരിക്കാൻ വിസമ്മതിക്കുന്ന പൊതുബോധവൈകല്യത്തെ കഥാകാരി വിമർശിക്കുന്നു. ഭിന്നലൈംഗികതയെ പോലെ സ്വവർഗ്ഗ ലൈംഗികതയും ശരീരത്തിൽ ഉൾച്ചേരുന്നതാണ്. താൻ സ്വവർഗ്ഗപ്രേമിയാണ് എന്ന് പുറത്ത് പറയാൻ കഴിയാതെ ജീവനൊടുക്കിയും നാടുവിട്ടും രഹസ്യജീവിതത്തിലൊളിച്ചും സ്വവർഗ്ഗപ്രേമികൾ അപ്രത്യക്ഷരാകുന്നതിനു പിന്നിലെ രാഷ്ട്രീയത്തെ അന്വേഷിക്കുക കൂടിയാണ് ഈ കഥ. ലിംഗസമത്വത്തിലധിഷ്ഠിതമായ ഒരു പ്രണയസങ്കല്പമാണ് ഇവിടെ മുന്നോട്ടുവയ്ക്കുന്നത്. ആൺ കേന്ദ്രീകൃതമായ ലൈംഗികതയിൽനിന്നുള്ള വിടുതൽ സ്ത്രീക്കും സ്വവർഗ്ഗാനുരാഗികൾക്കും ഒരുപോലെ ആത്മപ്രകാശനത്തിനാവശ്യമായ ആശയമാണ് സ്വാഭാവിക ലൈംഗികതയിൽനിന്നു വ്യത്യസ്തമായി ലൈംഗിക വിച്ഛിന്നനം നടത്തുന്നതിനാൽ അവരെ സ്വാഭാവികരിൽനിന്ന് അകറ്റി നിർത്തുന്നതിനെ സ്വവർഗ്ഗരതിക്കാരനായ ഒരു വ്യക്തിയുടെ ആത്മസംഘർഷങ്ങളിലൂടെ ഷാഹിന അവതരിപ്പിക്കുന്നു.

'ഒളിനോട്ടം' എന്ന കഥയിൽ ശാരീരികാസക്തിയുടെ പൂർത്തീകരണത്തിന് വേണ്ടി മറ്റൊരു പുരുഷനുമായി ബന്ധപ്പെടുന്ന സ്ത്രീയുടെയും ആ കാഴ്ച കണ്ടുകൊണ്ട് വരുന്ന അവരുടെ മകളുടെയും ജീവിതമാണ് പറയുന്നത്. തന്റെ ഭർത്താവിനാൽ സംതൃപ്തമാകാത്ത ലൈംഗികാസക്തിയുടെ പൂർത്തീകരണത്തിനാണ് മറ്റുള്ള പുരുഷന്മാരുടെ അടുത്തേക്ക് പോകാൻ ഇവരെ പ്രേരിപ്പിക്കുന്നത്. ഉടലിന്റെ പൂർത്തീകരണത്തിലൂടെ തകരുന്ന കുടുംബ ബന്ധങ്ങളിലൂടെ സമകാലിക സമൂഹത്തിലെ നേർചിത്രങ്ങളാണ് ആഖ്യാനം ചെയ്യുന്നത്. വഴിയിൽ കണ്ട സ്ത്രീയെ ഒന്ന് ഉരസിയ കുറ്റത്തിന് വിചാരണ ചെയ്യപ്പെടുമ്പോൾ ഒരു മനുഷ്യജീവി മറ്റൊന്നിനെ തൊടുന്നത് തെറ്റാണോ? എന്ന് ചോദിക്കുന്ന വൃദ്ധന്റെ ആത്മാ

ലാപനങ്ങളാണ് 'ഒരു സ്പർശം ത്ര തെറ്റാ' എന്ന കഥ. വ്യക്തിസ്വാതന്ത്ര്യത്തിൽ അനാവശ്യമായി കടന്നുവരുന്ന സദാചാര ഗുണ്ടായിസത്തിനുള്ള കനത്ത പ്രതിഷേധമാണ് ഈ കഥ. 'പുതുമഴ ചൂരുള്ള ചുംബനങ്ങൾ' എന്ന കഥയിൽ ശരീരം കല്പിക്കപ്പെട്ട കാമനകളും സമൂഹത്തിന്റെ കല്പനകളും തമ്മിൽ നിരന്തരമായ സംഘർഷം നടക്കുന്നു. എത്ര മറയ്ക്കാൻ ശ്രമിച്ചാലും മനുഷ്യന്റെ ഉള്ളിൽ ജൈവികമായി ഉള്ളടങ്ങിയിരിക്കുന്ന ലൈംഗികാസക്തി അനുകൂല സാഹചര്യങ്ങൾ ഉണ്ടാകുമ്പോൾ പുറത്തുവരുന്നു. വിശുദ്ധ വസ്ത്രം അണിഞ്ഞ സിസ്റ്റർ ക്ലാസിലെ കുട്ടികളുടെ ചുംബനം കാണുന്നു, ഈ കാഴ്ച തന്നിൽ ഉറങ്ങിക്കിടന്ന ലൈംഗികചോദനകളെ ഉണർത്തുന്നു. തനിക്ക് നിഷേധിക്കപ്പെട്ട ഒന്നിനെ മറ്റുള്ളവർ സാദ്ധ്യമാക്കുമ്പോൾ ഉണ്ടാകുന്ന ആത്മസംഘർഷം സിസ്റ്ററിൽ രൂപം കൊള്ളുന്നു. അതിന്റെ പൂർത്തീകരണമായി മുഹ്സീന്റെ തവിട്ടു ചുണ്ടുകളിലേക്ക് തന്റെ പരുക്കൻ ചുണ്ടുകൾ അമർത്തി സിസ്റ്റർ തന്റെ കാമനകളുടെ പൂർത്തീകരണം നടത്തുന്നു. കാലങ്ങളായി അടക്കം ചെയ്യപ്പെട്ട കാമനകളുടെ പ്രതീകമാണ് സിസ്റ്ററിന്റെ വരണ്ട ചുണ്ടുകൾ. അടക്കം ചെയ്യപ്പെട്ട പെൺകാമനകളുടെ പ്രതിഷേധമാണ് പുതുമഴച്ചൂരുള്ള ചുംബനങ്ങളിലൂടെ ഷാഹിന അവതരിപ്പിക്കുന്നത്.

മനുഷ്യബന്ധങ്ങളുടെ ഭിന്നഭാവങ്ങൾ

മനുഷ്യജീവിതത്തിന്റെ വൈവിദ്ധ്യത്തെ ആവിഷ്കരിക്കുന്നതിൽ ഷാഹിനയുടെ കഥാലോകം സമ്പന്നമാണ്. മാതൃത്വം, പിതൃത്വം, സ്നേഹം, അനാഥത്വം, ഗൃഹാതുരത്വം തുടങ്ങിയ മനുഷ്യവികാരങ്ങളുടെ വ്യത്യസ്താവിഷ്കാരങ്ങൾ ഷാഹിനയുടെ കഥകളിൽ അവതരിപ്പിക്കുന്നു. അടിസ്ഥാനപരമായി മനുഷ്യനെ നിയന്ത്രിക്കുകയും നിലനിർത്തുകയും ചെയ്യുന്ന ഈ വികാരങ്ങളുടെ ഭിന്നഭാവങ്ങളാണ് ഷാഹിനയുടെ ഓരോ കഥകളും.

പ്രണയത്തിന്റെ വ്യത്യസ്ത ഭാവങ്ങളാണ് 'അനന്തപത്മനാഭന്റെ മരക്കുതിരകൾ,' 'മഞ്ഞുകാലം,' 'പാവകളി' എന്നീ കഥകളിൽ അവതരിപ്പിക്കുന്നത്. മനുഷ്യബന്ധങ്ങൾ ഒരുതരം ഭ്രമാത്മകതയിലേക്ക് കടക്കുന്നതാണ് അനന്തന്റേയും പെൺകുട്ടിയുടെയും ജീവിതം കാണിക്കുന്നത്. വെറുമൊരു ഫാന്റസിയായി സ്നേഹബന്ധങ്ങളെ കണ്ട പെൺകുട്ടിയുടെ സാമീപ്യം അവളുടെ മുഖമുള്ള മരക്കുതിരകളെ നിർമ്മിച്ച് ഭ്രമാത്മകതയിലേക്ക് അനന്തന്റെ ജീവിതത്തെ തള്ളിയിടുന്നു. ഫാന്റസിയുടെ തലത്തിലുള്ള പ്രണയാവിഷ്കാരമാണ് 'അനന്തപത്മനാഭന്റെ മരക്കുതിരകൾ' എന്ന കഥ. 'മഞ്ഞുകാലം' എന്ന കഥയിൽ നിഷ്ക്കളങ്കവും പരിശുദ്ധവുമായ ഒരു പ്രണയത്തെയാണ് കാണുന്നത്. ജീവിത യാഥാർത്ഥ്യങ്ങൾക്ക് മുൻപിൽ യഥാർത്ഥ പ്രണയം കണ്ടില്ലെന്നു നടിച്ച രണ്ടു വ്യക്തികളുടെ ബഹുതല സ്പർശിയായ സ്നേഹത്തിന്റെ കഥ പറയുന്നു. എന്നാൽ 'പാവകളി'യിൽ രണ്ടു മതക്കാരായ പ്രിയയും, ഫിറോസും തമ്മിലുള്ള പ്രണയവും മതത്തിന്റെ പേരിൽ വിവാഹത്തിന് വിസമ്മതിക്കുന്ന ഫിറോസിന്റെ

നാടകങ്ങളുമാണ് ആവിഷ്കരിക്കുന്നത്. പ്രണയം, സ്നേഹം, സൗഹൃദം തുടങ്ങിയ വികാരങ്ങൾകൊണ്ട് വലിക്കുന്ന വെറും നൂൽ പാവകളാണ് മനുഷ്യജീവിതം എന്ന് പ്രിയ മനസ്സിലാക്കുന്നു. "കൈവിരലിലെ ചരടുകളെ മുറുകെപ്പിടിച്ച് പ്രിയ പാവയോടു ചിരിച്ചു പറഞ്ഞു കളി തീർന്നില്ലല്ലോ." (2014; 40) മനുഷ്യജീവിതം എന്നത് ഒരു നാടകവേദിയാണെന്നും ജീവിതത്തിൽ നിരന്തരം വേഷം മാറിയാടുന്ന അഭിനേതാക്കളാണ് ഓരോ മനുഷ്യരെന്നും ഷാഹിന പാവകളി എന്ന കഥയിലൂടെ വ്യക്തമാക്കുന്നു.

'കാണാതായ പെൺകുട്ടികൾ,' 'മഴനേരങ്ങളിൽ,' എന്നീ കഥകളിൽ മാതൃത്വത്തിന്റെ വ്യത്യസ്തഭാവങ്ങളാണ് അവതരിപ്പിക്കുന്നത്. സമകാലിക സമൂഹത്തിൽ പെൺകുട്ടികളുടെ രക്ഷിതാക്കൾ നേരിടുന്ന മാനസിക സംഘർഷങ്ങളാണ് കാണാതായ പെൺകുട്ടികൾ എന്ന കഥയിൽ. ഒരമ്മയും മകളും തമ്മിലുള്ള ആത്മബന്ധത്തിലൂടെ വർത്തമാനകാലത്തിൽ നടന്നുകൊണ്ടിരിക്കുന്ന സാമൂഹിക തിന്മകളിലേക്കും അവയുടെ തുറന്ന യാഥാർത്ഥ്യങ്ങളിലേക്കും കഥാകാരി കടന്നുചെല്ലുന്നു. തോട്, ഭാഗപത്രം എന്നീ കഥകൾ ഗൃഹാതുരസ്മരണകൾ ഉണർത്തുന്നവയാണ്. ഗ്രാമത്തിൽ നിന്നും നഗരത്തിലേക്ക് പറിച്ചു നടപ്പെട്ട സ്ത്രീയുടെ മാനസിക സംഘർഷത്തിന്റെ കഥയാണ്. ഭാഗപത്രം എങ്കിൽ തോട് എന്ന കഥ വീട് നഷ്ടപ്പെട്ട മനുഷ്യന്റെ മാനസികസമ്മർദ്ദങ്ങളും ജീവിക്കാൻ വേണ്ടി ആ വ്യക്തി നടത്തുന്ന പ്രതിരോധ ശ്രമങ്ങളുമാണ് അവതരിപ്പിക്കുന്നത്. അനാഥനായി ജീവിക്കേണ്ടി വരുന്ന ബസന്ത് എന്ന ബാലനിൽ അനാഥത്വം ഏല്പിച്ച വേദനകളും അതിനോടുള്ള പ്രതിഷേധവുമാണ് 'തള്ളപൂച്ച' എന്ന കഥയിൽ ഷാഹിന ആവിഷ്ക്കരിക്കുന്നത്.

പ്രമേയവൈവിദ്ധ്യം കൊണ്ടും ആഖ്യാനത്തിലെ പുതുമകൊണ്ടും വ്യത്യസ്തമായി നില്ക്കുന്നു ഷാഹിനയുടെ കഥാലോകം. ഒരു എഴുത്തുകാരി എന്ന നിലയിൽ തന്റെ ചുറ്റുമുള്ള ലോകത്തെ ആവിഷ്കരിക്കാനുള്ള പ്രതിബദ്ധത ഷാഹിനയുടെ ഓരോ കഥകളിലും കാണാം. *പുതുമഴച്ചൂരുള്ള ചുംബനങ്ങൾ* എന്ന കഥാസമാഹാരത്തിന്റെ ആമുഖത്തിൽ ഷാഹിന സാഹിത്യലോകത്തിലെ തന്റെ കാഴ്ചപ്പാട് വ്യക്തമാക്കുന്നു. "ഉള്ളും പുറവുമാണ് എനിക്കെന്റെ കഥകൾ തരുന്നത്. ഒരു സമൂഹജീവി എന്ന നിലയിൽ എനിക്ക് എന്റെ ചുറ്റുപാടുകളോട് പ്രതിബദ്ധതയുണ്ട്. വ്യക്തി എന്ന നിലയിൽ എന്റെ വൈകാരികതകളോടും ആ ഒരർത്ഥത്തിൽ ഒരെഴുത്തുകാരനും നിഷ്പക്ഷനാവാനാവില്ല എന്നാണ് എന്റെ നിലപാട്. തീർത്തും മാനുഷികമായ അർത്ഥത്തിൽ എന്റെ ഉള്ളിലും പുറത്തും സംഭവിക്കുന്നവയോടുള്ള എന്റെ ബോധാബോധങ്ങളുടെ നനവുവറ്റാത്ത പ്രതികരണമാവണം എന്റെ എഴുത്തെന്ന് ഞാൻ കരുതുന്നു. മനുഷ്യത്വമാവണമതിന്റെ സ്വഭാവമെന്നും" (2014; 7)

ഷാഹിനയുടെ കഥകളും കഥാപാത്രങ്ങളും നിശ്ചലമല്ല, എപ്പോഴും ചലിക്കുന്ന സാമൂഹികവും മാനസികവുമായ അസ്വസ്ഥതകൾ അനുഭവിക്കുന്ന നമ്മുടെ ചുറ്റുപാടിനെയാണ് തന്റെ കഥകളിൽ ഷാഹിന അവത

രിപ്പിക്കുന്നത്. അവിടെ സ്ത്രീകളുടെ സ്വത്വപ്രതിസന്ധികളും മനുഷ്യബന്ധങ്ങളുടെ ബഹുലതയും രാഷ്ട്രീയ സാമൂഹിക പ്രശ്നങ്ങളും ഉള്ളടങ്ങിയിരിക്കും. ഏതൊരു മനുഷ്യജീവിതത്തിലേയുംപോലെ ആകാംക്ഷയും ഉൽക്കണ്ഠയും ഈ കഥകളിൽ തളം കെട്ടിനില്ക്കുന്നു. ഭാഷാപരമായി ലാളിത്യം നിലനില്ക്കുമ്പോഴും ഷാഹിനയുടെ കഥകളിൽ ധാരാളം ബിംബകല്പനകളും അവയുടെ മാറിമാറിയുള്ള പ്രയോഗങ്ങളും കാണാം. പ്രകൃതി കഥകളിൽ പ്രധാന സാന്നിദ്ധ്യമാകുന്നു. കാറ്റിന്റെ വ്യത്യസ്ത ഭാവങ്ങൾ കഥാപാത്രങ്ങളുടെ മനോവിചാരങ്ങൾ വെളിപ്പെടുത്തുന്ന ഒന്നായി കഥകളിൽ പ്രത്യക്ഷപ്പെടുന്നു. ഈ വിധം സങ്കീർണ്ണമായ പ്രമേയങ്ങളുടെ തനതായ ആവിഷ്കരണ ചാരുത കൊണ്ട് സമകാലിക കഥാലോകത്തിൽ സവിശേഷമായൊരു ഇടം നേടാൻ ഷാഹിനയ്ക്കും അവരുടെ കഥാലോകത്തിനും സാധിച്ചു.

സഹായകഗ്രന്ഥങ്ങൾ

1. ഗീത പി, 2004: *ആധുനിക മലയാള കവിതയിലെ സ്ത്രീപക്ഷസമീപനങ്ങൾ,* ലിപി പബ്ലിഷഴ്സ്
2. വേണുഗോപാലൻ കെ എം (എഡി), 2006: *കേരള ലൈംഗികത ലിംഗനീതി,* സൈൻ ബുക്സ്, തിരുവനന്തപുരം
3. ഷാഹിന ഇ കെ, 2011: *അനന്തപത്മനാഭന്റെ മരക്കുതിരകൾ* (കഥകൾ), പൂർണ്ണ പബ്ലിക്കേഷൻസ്, കോഴിക്കോട്.
4. ––––– 2014: *പുതുമഴച്ചൂരുള്ള ചുംബനങ്ങൾ,* മാതൃഭൂമി ബുക്സ്, കോഴിക്കോട്.
5. ––––– 2014: *നീലത്തീവണ്ടി* (നോവലൈറ്റ്) മാതൃഭൂമി ബുക്സ്, കോഴിക്കോട്.
6. മൈന ഉമൈബാൻ, രാജേഷ് മോൻജി 2017: *കഥയമമ,* ശിഖ ഗ്രന്ഥവേദി, മലപ്പുറം.

ആനുകാലികങ്ങൾ

1. അഗജ പി, 2016: *വിമതലൈംഗികതയും സ്ത്രീകളും കേരളീയ സമൂഹത്തിനൊരു വീക്ഷണം,* എഴുത്തകം, ജൂലൈ

കുറിപ്പുകൾ

1. സോമൻ പി, 2014: *മാർക്സിസം ലൈംഗികത സ്ത്രീപക്ഷം* (പഠനം) കറന്റ് ബുക്സ്, കോട്ടയം.

അനുബന്ധം 2

എഴുത്ത് ഒരു ബോധവല്ക്കരണം കൂടിയാണ്

ഷാഹിന ഇ കെ/ഡോ. രശ്മി ജി

വർത്തമാനകാല മലയാള ചെറുകഥാരംഗത്ത് ശ്രദ്ധിക്കപ്പെട്ട എഴുത്തുകാരികളിലൊരാളാണ് ഷാഹിന ഇ കെ. *അനന്തപത്മനാഭന്റെ മരക്കുതിരകൾ, പുതുമഴച്ചൂരുള്ള ചുംബനങ്ങൾ* എന്നീ സമാഹാരങ്ങളിലെ കഥകളോരോന്നും ഷാഹിനയെന്ന കഥാകൃത്തിന്റെ പ്രതിഭയെ വെളിപ്പെടുത്തുന്നു. കഥാകൃത്തും നോവലിസ്റ്റുമായ ഷീബ ഇ കെ സഹോദരിയാണ്. തന്റെ സാഹിത്യജീവിതം, കാഴ്ചപ്പാടുകൾ എന്നിവ ഷാഹിന വായനക്കാരോട് പങ്കുവയ്ക്കുന്നു.

ഫാന്റസിയും റിയാലിറ്റിയും ഇടകലർത്തിയുള്ള രചനാരീതിയാണ് കഥകളിൽ കാണുന്നത്?

ആദ്യകാലകഥകളിൽ ഫാന്റസിയും റിയാലിറ്റിയും ഇടകലർത്തിയുള്ള രചനാരീതി നിരന്തരം കടന്നു വന്നിരുന്നു. അക്കാലത്തെ വായന, മാനസികാവസ്ഥ, അനുഭവങ്ങൾ, ഒക്കെയും അത്തരമൊരു ശൈലിയെ പ്രിയപ്പെട്ടതാക്കിയതാവാം. സങ്കേതങ്ങൾ മനപൂർവ്വം സൃഷ്ടിക്കുന്നില്ല. സ്വാഭാവിക പരിണതിയാണ്. ഇന്ന രീതിയിലെഴുതണം കഥയെന്ന് ചിന്തിക്കാറില്ല. എഴുത്ത് ഒരുപരിധിവരെ 'അവബോധ' പ്രവർത്തനമാണ്. ഫാന്റസി ജീവിതത്തിന്റെ ഭാഗമായ ചില കാരണങ്ങളുണ്ടായിട്ടുണ്ട്. വ്യക്തിപരമായി ഫാന്റസി ഒരർത്ഥത്തിൽ ഒളിച്ചോട്ടമാണല്ലോ. മുഖ്യധാരകളിൽ നിന്ന് ഇടറിപ്പോയ ഒരുപാട് മനുഷ്യരെ കണ്ടിട്ടുണ്ട്. തീവ്രവികാരങ്ങളുള്ളവർ. കാലത്തിനിണങ്ങാത്തവർ. അവരുടെ മനസ്സ് അഥവാ വൈയക്തികഘടന അവരെ അവർ മാത്രമാക്കുന്നു. മറ്റുള്ളവർക്ക് സ്വീകാര്യരല്ലാത്തവർ അവരുടെ തീവ്രതയും പലപ്പോഴും കാലമാവശ്യപ്പെടാത്തത്. *അനന്ത പത്മനാഭന്റെ മരക്കുതിരകളിലെ* അനന്തൻ അത്തരമൊരാളാണല്ലോ.

ഫാന്റസിയും റിയാലിറ്റിയും മാറിമാറിച്ചേർന്നുവരുന്ന രചനാസങ്കേതമാണ് മാജിക്കൽ റിയലിസം. മാർക്വസും മറ്റും രചനയിൽ അതിനെ ഏറെ ആഘോഷിച്ചിട്ടുണ്ട്. അത്തരമൊരു രചനാരീതിയോടു താല്പര്യം ഉണ്ടോ? എഴുത്തിൽ അതുകൊണ്ടു വരണമെന്നു ആഗ്രഹിക്കുന്നുണ്ടോ?

മാജിക്കൽ റിയലിസം തികച്ചും ആസ്വാദകരമായ ഒരു ശൈലിയാണ്. മാർക്വസിനെ ഏറെ സ്നേഹിക്കുന്നു. ഏതു സങ്കേതവും കഥയോടു ചേർന്നു നില്ക്കണം. സങ്കേതങ്ങൾ ബോധപൂർവ്വം തെരഞ്ഞെടുക്കുമ്പോൾ ചിലപ്പോഴൊക്കെ കഥയും സങ്കേതവും വേറിട്ടു നില്ക്കുന്ന അനുഭവമുണ്ടാകുന്നു. മനപൂർവ്വം തെരഞ്ഞെടുത്ത സങ്കേതങ്ങൾ മികച്ച കഥകളെ അരോചകമാക്കുന്നത് ധാരാളം കാണാം. ഈ സങ്കേതത്തിലാവണം കഥയെന്ന് നിർബ്ബന്ധമില്ല. അത് സംഭവിക്കും, സ്വാഭാവികമായി.

കാല്പനികത തുളുമ്പുന്ന ഭാഷാരീതി അനന്തപത്മനാഭന്റെ മരക്കുതിരകളിൽ പ്രകടമാണ്. അത്തരമൊരു രചനാരീതി എന്തുകൊണ്ടാണ്?

അനന്തപത്മനാഭന്റെ മരക്കുതിരകൾ എന്റെ ആദ്യ കഥാസമാഹാരമാണ്. ആദ്യ കഥാസമാഹാരം ഒരു അടയാളപ്പെടുത്തലാണ്. 97 മുതൽ പല കാലങ്ങളിലെഴുതപ്പെട്ട, പ്രസിദ്ധീകരിക്കപ്പെട്ട കഥകളിൽ നിന്നൊരു തെരഞ്ഞെടുക്കൽ മാത്രമായിരുന്നു അത്. പല കാലങ്ങളുണ്ടതിൽ. എന്റെ കഥയുടെ കൗമാരമാണതിലേറെയും. കാല്പനികത സ്വാഭാവികം.

ചെറുകഥ എന്ന മാധ്യമം പലതിനെയും പ്രതിരോധിക്കുവാൻ ഒരു ഉത്തമ മാധ്യമമായി പല എഴുത്തുകാരികളും ഉപയോഗിക്കുന്നു. മാധ്യമ അധിനിവേശങ്ങളെക്കുറിച്ച് 'മിസ്ഡ് കോളി'ൽ സൂചനകൾ ഉണ്ട്. മാധ്യമ അധിനിവേശങ്ങളെ എങ്ങനെ കാണുന്നു? എങ്ങനെയൊക്കെയാണ് ഒരു എഴുത്തുകാരി ഇവയെ പ്രതിരോധിക്കേണ്ടത്?

മാധ്യമ അധിനിവേശം എന്നു പറയുമ്പോഴും അതിൽ ഒരുപാട് പോസിറ്റീവ് ഘടകങ്ങളുണ്ട്. മാധ്യമ അധിനിവേശം അനായാസേന ചെറുക്കാവുന്നതല്ല. ഉപഭോക്താക്കളുടെ ചിന്തയും സംസ്കാരവും മാറ്റുകയാണ് വേണ്ടത്. അതിനെ സ്വാധീനിക്കാൻ എഴുത്തിനാവും. കേരളത്തിലെ ഒരു കോളേജിൽ 'മിസ്ഡ് കോൾ' എന്ന കഥ പകർപ്പെടുത്ത് വിദ്യാർത്ഥികൾക്കിടയിൽ വിതരണം ചെയ്യുന്നതായി ഒരിക്കൽ ഒരദ്ധ്യാപകൻ സംസാരിച്ചതോർക്കുന്നു. എഴുത്ത് ഒരു ബോധവത്ക്കരണം കൂടിയാണ്. അറിഞ്ഞോ അറിയാതെയോ.

ചിത്രകാരി എന്ന കഥ യാഥാസ്ഥിതിക മുസ്ലീം കുടുംബത്തെ അവതരിപ്പിക്കുന്നു. ഈ കഥ എഴുതാനുണ്ടായ സാഹചര്യം?

സെൽഫ് എക്സ്പ്രഷൻ ആണല്ലോ കല. തീവ്രമായ തിരതള്ളൽ ഉള്ളിലുണ്ടാവുമ്പോഴും അതു പൂർത്തീകരിക്കാനാവാത്ത അനുഭവം ഞാൻ കണ്ടിട്ടുണ്ട്. തന്റെ സുഹൃത്തായ ഒരുവളുടെ ജീവിതത്തിൽ. പൂർത്തിയാവാത്ത പെയിന്റിങ്ങുകൾ അവളുടെ ജീവിതം തന്നെയായിരുന്നു. കുറെ ചായക്കൂട്ടുകൾക്കപ്പുറം അവളുടെ കാൻവാസുകളെ തിരിച്ചറിയാവാത്ത

അവളുടെ കുടുംബം ഒരിക്കലും അവളെ തിരിച്ചറിഞ്ഞതുമില്ല.

സാധാരണ കഥകളിൽ സ്ത്രീകളുടെ സർഗ്ഗാത്മക ജീവിതം എഴുത്തിനെ അടിസ്ഥാനമാക്കിയാണ് രൂപപ്പെടുത്തപ്പെട്ടത്. അതിലെ പ്രതിസന്ധികൾ ഒക്കെ എഴുതപ്പെട്ടിട്ടുണ്ട്. എഴുത്തുകാരി എന്ന പതിവ് വിട്ട് ചിത്രകാരി എന്ന രീതി സ്വീകരിച്ചതെന്താണ്?

നിറങ്ങളെ വ്യക്തമായി ആവിഷ്കരിക്കാൻ സാധിക്കും. നിറങ്ങളിലൂടെ വികാരങ്ങളെ കുറെക്കൂടി തീവ്രമായും. പിന്നെ എഴുത്തിനേക്കാൾ ഭൗതിക സാഹചര്യങ്ങൾ കുറെക്കൂടി വേണ്ടുന്ന ഒന്നല്ലേ ചിത്രകല. അതുകൊണ്ടു തന്നെ നിഷേധങ്ങൾ കൂടും.

മാധവിക്കുട്ടിക്കു മഞ്ഞ ആസക്തിയുടെ നിറമായിരുന്നു. കെ ആർ മീരയ്ക്കു മഞ്ഞ മരണത്തിന്റെ നിറവും, ഷാഹിനയ്ക്കോ? മഞ്ഞനിറം കാര്യമായി ചിത്രകാരിയിൽ ഉപയോഗിച്ചതിനു പിന്നിലുള്ള ലക്ഷ്യങ്ങൾ?

എനിക്ക് മഞ്ഞ പലതാണ്, ചിലപ്പോൾ കടുത്ത ജീവിതാഭിവാഞ്ഛ, ചിലപ്പോൾ വിഷാദത്തിന്റെയും എത്ര നിഷേധിക്കപ്പെടുമ്പോഴും, 'ഫിസ'യുടെ കല ഈ രണ്ടു തലങ്ങളെയും തൊടുന്നുണ്ട്. അത് രണ്ടു തലങ്ങളാണ്. തീവ്രമായ രണ്ടു തലങ്ങളെയും തൊടുന്നുണ്ട്. അത് രണ്ടു തലങ്ങളാണ്. തീവ്രമായ രണ്ടറ്റങ്ങൾ.

മലബാറിലെ മുസ്ലീം സ്ത്രീജീവിതങ്ങൾ എങ്ങനെയൊക്കെയാണ്?

മലബാറിലെ മുസ്ലീം സ്ത്രീ ജീവിതം ടി വിയും സിനിമയും പറയുന്ന മട്ടിലുള്ള യാഥാസ്ഥിതികത്വത്തിൽ നിന്ന് മാറിയിട്ടുണ്ട് ഒരു പരിധി വരെ. കലയിലുണ്ടായ അഥവാ കലയോടുള്ള സമീപനത്തിൽ അത്രയേറെ മാറ്റങ്ങളുണ്ടായിട്ടില്ലെങ്കിലും വിദ്യാഭ്യാസപരമായി ഏറെ ഉയർന്നു. അതിന്റേതായ ഒരു സ്വാതന്ത്ര്യബോധം തീർച്ചയായും ഉണ്ട്.

എഴുത്തിലൂടെ സാമൂഹ്യപരിവർത്തനങ്ങൾ സാദ്ധ്യമാകുമോ? അങ്ങനെ വിശ്വസിക്കുന്നുണ്ടോ? അതിന്റെ കാരണങ്ങൾ?

എഴുത്ത് ഏറെ സാമൂഹ്യ പരിവർത്തനങ്ങളുണ്ടാക്കിയിട്ടുണ്ടല്ലോ. അത്തരം സാദ്ധ്യതകൾ എപ്പോഴുമുണ്ട്. മൂല്യരൂപീകരണത്തിന്റെ ഒരുപാധിയാണല്ലോ വായന.

സാധാരണ സ്ത്രീകൾ എഴുതുന്ന കഥകളിൽ കരുത്തുറ്റ സ്ത്രീകഥാപാത്രങ്ങളും പ്രതിരോധത്തിന്റെ പെണ്ണിടങ്ങൾ സൃഷ്ടിക്കുന്നവരും ഉണ്ടാകും. പക്ഷേ, അത്തരമൊരു തലത്തിലേക്ക് ഷാഹിന എത്തപ്പെടുന്നില്ല എന്തുകൊണ്ട്?

ഒതുങ്ങിയ ചുറ്റുപാടുകളുടെ പരിമിതികളിൽ നിന്നുകൊണ്ടു ചിന്തിക്കുന്ന, അമർഷം കൊള്ളുന്ന കഥാപാത്രങ്ങളാണവർ. ആദ്യകാല കഥാപാത്രങ്ങൾ പില്ക്കാലക്കഥകളിലുണ്ടായ വ്യക്തമായ മാറ്റം ശ്രദ്ധിക്കാവുന്നതാണ്.

മലയാള ചെറുകഥയുടെ ആഖ്യാനരീതിയിൽ മാറ്റങ്ങൾ വരുത്താൻ ആഗ്രഹിക്കുന്നുണ്ടോ? എന്തൊക്കെ മാറ്റങ്ങൾ വേണം?

കഥയും വാക്കും കൂടുതൽ വഴക്കമുള്ളതാവണം. നനവും തീയും വേണം.

സാധാരണ പെൺകഥകൾ അധികവും പറഞ്ഞത് പെണ്ണുങ്ങളുടെ അവിഹിതവും പെണ്ണുങ്ങളുടെ ഒളിച്ചോട്ടവുമാണ്. എന്നാൽ ഷാഹിനയുടെ കഥകളിൽ ആണുങ്ങളുടെ അവിഹിത ബന്ധങ്ങളും ആണുങ്ങളുടെ ഒളിച്ചോട്ടവുമാണല്ലോ ഉള്ളത്. (അനന്തപത്മനാഭന്റെ മരക്കുതിരകൾ, തനിയെ), ആൺപക്ഷ വീക്ഷണത്തിലുള്ള കഥകൾ എന്തുകൊണ്ടാണങ്ങനെ?

ആൺപക്ഷകഥകളും പെൺപക്ഷങ്ങളുമില്ലേ പുസ്തകത്തിൽ? പക്ഷമല്ല, കാഴ്ചക്കോണാണ് വേണ്ടത്. പെണ്ണ് പെണ്ണിന്റെ മാത്രം കഥകൾ അല്ലെങ്കിൽ പെണ്ണ് മുഖ്യകഥാപാത്രമാവുന്ന, ശക്തമായ കഥാപാത്രമാവുന്ന, സ്വാതന്ത്ര്യം പ്രഖ്യാപിക്കുന്ന – കഥകൾ മാത്രം പറയുമെന്നു വാശിപിടിക്കേണ്ടതുണ്ടോ? ഓരോ പെണ്ണിലും ഒരാണും ഓരോ ആണിലും പെണ്ണുമില്ലേ? അതുമാത്രമല്ല, ഒരെഴുത്തുകാരന്റെ പബ്ലിസിറ്റിയെ 'കടുംപക്ഷ'ങ്ങൾ നെഗറ്റീവായി ബാധിക്കുന്നില്ലേ? ആണോ പെണ്ണോ പൂവോ കാറ്റോ കുഞ്ഞോ ആകാനാവണം – ഫ്ളെക്സിബിൾ ആവണം ഒരെഴുത്തുകാരൻ. ഒരു കഥ ആരിലൂടെ പറയുമ്പോഴാണോ തീവ്രമാകുക, ആ കാലക്കോൺ ഞാൻ തെരഞ്ഞെടുക്കും. നിർബ്ബന്ധബുദ്ധികളില്ല.

മരണം ഒരു ആഘോഷമാകുന്ന അവസ്ഥ ഒരാത്മഹത്യയുടെ പുരാവൃത്തം എന്ന കഥയിൽ സൂചനകളുണ്ട്. അത്തരമൊരു പശ്ചാത്തലത്തെക്കുറിച്ചെഴുതുമ്പോൾ ഉണ്ടായ ചിന്തകൾ എന്തൊക്കെയാണ്? സമകാലികാവസ്ഥകളോടുള്ള പ്രതിഷേധം ഉള്ളിലുണ്ടായിരുന്നോ?

സമകാലികാവസ്ഥകളോടുള്ള അമർഷം തീർച്ചയായും ഉണ്ടായിരുന്നു. നമ്മളുമായി വളരെ അടുത്ത ബന്ധമില്ലാത്ത ഒരാളുടെ മരണത്തെ വളരെ ലാഘവബുദ്ധിയോടെ നമുക്ക് നോക്കിക്കാണാൻ സാധിക്കുന്നു. മരണവീടു സന്ദർശവും സാമൂഹ്യ ഉത്തരവാദിത്വമോ നിർബ്ബന്ധമോ, കടമ തീർക്കലോ ആവുന്നു. സെന്റിമെന്റ്സ് നാണം കെട്ടൊരേർപ്പാടെന്നു കരുതുന്നവരും ഏറെ.

ഗൃഹാതുരതയുടെ ബാല്യകാലത്തെ എഴുതുന്ന ഭാഗപത്രം എന്ന കഥ. ഏറ്റവും കൂടുതൽ സ്വാധീനിച്ചത് ഏത് എഴുത്തുകാരനാണ്? ഭാഗപത്രത്തിൽ ഒരു എം ടി ടച്ച് ഉണ്ടല്ലോ?

ആ കഥ എഴുതുന്ന കാലയളവിൽ എം ടി, മുകുന്ദൻ, സി രാധാകൃഷ്ണൻ, ടി പതിനാഭൻ എന്നിവരുടെ കഥകളോട് ഏറെയിഷ്ടമുണ്ടായിരു

ന്നു. നൊസ്റ്റാൾജിയ ഏറ്റവും ഭംഗിയായി പറഞ്ഞവരിലൊരാൾ എം ടിയാണല്ലോ. 'ഭാഗപത്ര'വും പിന്നോട്ടു നോക്കലാണല്ലോ. ഇപ്പോൾ ഏറെ വർഷങ്ങൾക്കുശേഷം ആ കഥ വായിക്കുമ്പോൾ എം ടി ടച്ച് തിരിച്ചറിയാനാവുന്നുണ്ട്. അത് പൂർണ്ണമായും ഇല്ലാതായല്ലോ, പില്ക്കാല കഥകളിൽ. ശൈലി രൂപപ്പെടുത്തുന്നതിനിടയിൽ അത്തരം സ്വാധീനങ്ങൾ സ്വാഭാവികമാണ്.

സാധാരണ സ്ത്രീ എഴുത്തുകാരികളുടെ (സ്ത്രീവാദത്തിന്റെ ഭാഗമായും, അല്ലാതെയും) ഒരു എഴുത്തുരീതിയാണ് ലൈംഗികതയെക്കുറിച്ചുള്ള തുറന്നെഴുത്തുകൾ, ഇതിനെ എങ്ങനെ വിലയിരുത്തുന്നു? ഷാഹിന എന്ന എഴുത്തുകാരി അതിനോടു വിമുഖത പുലർത്തുന്നതിന്റെ കാരണങ്ങൾ എന്തെല്ലാമാണ്?

ശ്രദ്ധ ക്ഷണിക്കലിന്റെ ഭാഗമായി മാത്രം ഞാൻ രതിയെക്കുറിച്ചെഴുതാറില്ല. അത്തരം ബോധപൂർവ്വശ്രമങ്ങളുമില്ല. പക്ഷേ, അത്തരം വിഷയങ്ങളോട് ഒട്ടും വിമുഖത പുലർത്തുന്നില്ലെന്ന് 'കുണ്ടൻ' (*ദേശാഭിമാനി* വാരിക) 'പുതുമഴച്ചൂരുള്ള ചുംബനങ്ങൾ' (*കലാകൗമുദി*) 'ഒളിനോട്ടം' (*മാധ്യമം ആഴ്ചപ്പതിപ്പ്*) എന്നിങ്ങനെ നിരവധി കഥകൾ വ്യക്തമാക്കുമല്ലോ. പ്രമേയമാവശ്യപ്പെടുന്നത് വന്നു ചേരുന്നു.

ഇപ്പോ മലയാള ചെറുകഥയിലെ പുതിയൊരു ട്രെന്റാണ് പ്രാദേശിക ഭാഷാഭേദങ്ങൾ പരമാവധി ഉപയോഗിക്കുക എന്നത്. ഇതിനെക്കുറിച്ച് എന്തു പറയുന്നു? പ്രാദേശിക ഭാഷാഭേദങ്ങളുടെ സാദ്ധ്യതകൾ എന്തൊക്കെയാണ്?

ദേശത്തെ എഴുത്തുമായി യോജിപ്പിക്കുന്ന രീതി മുമ്പും ഉണ്ടായിരുന്നു. എം മുകുന്ദന്റെ കഥാപാത്രങ്ങൾ നമ്മോടൊപ്പമങ്ങനെ യാത്ര ചെയ്യുന്നത് അതുകൊണ്ടുകൂടിയാവണം. എന്നെ സംബന്ധിച്ച് ചില കഥകളിൽ വള്ളുവനാടൻ ഭാഷ/വാക്കുകൾ കാണാം. എല്ലാ കഥകളിലും ആ ഒരു ട്രെന്റ് കൊണ്ടുവരണമെന്നില്ല. കഥാപാത്രങ്ങൾ അവർക്കു ചേരുന്ന ഭാഷയിൽ സംസാരിക്കട്ടെ. ചിത്രകാരി എന്ന കഥയിൽ വടക്കൻ മലബാറിന്റെ ഒരു ശൈലി ഉപയോഗിച്ചിട്ടുണ്ട്. അതിൽ തന്നെ ഒട്ടേറെ വാകഭേദങ്ങൾ കാണാം. വാക്കുകൾ, അർത്ഥങ്ങൾ, താളം – എല്ലാം ഏറെ വിഭിന്നമാണ്.

എഴുത്തുകാരി എന്ന നിലയിൽ എഴുത്തിൽ പ്രതിസന്ധികൾ ഉണ്ടായിട്ടുണ്ടോ?

എഴുത്തിന്റെ ആദ്യഘട്ടങ്ങളിൽ ഭയങ്ങളുണ്ടായിരുന്നു. എന്തെഴുതുമ്പോഴും പ്രതികരണങ്ങൾ മുൻകൂട്ടിക്കണ്ട് വാക്കുകളൊതുക്കിപ്പിടിച്ചിരുന്നു. ഇന്നതില്ല. എഴുതണമെന്ന് തോന്നുന്നവ എഴുതാൻ ഭയങ്ങളില്ല. പ്രതികരണങ്ങളെക്കുറിച്ചു ചിന്തിക്കാറുമില്ല. ഒരുപാട് കാര്യങ്ങൾക്കൊപ്പം എഴുത്തിനെ/എഴുത്തുകാരി എന്ന ഐഡന്റിറ്റിയെ കൊണ്ടു പോവേണ്ടിവരുമ്പോൾ സംഘർഷങ്ങൾ സ്വാഭാവികമാണല്ലോ.

കഥയുടെ പ്രമേയസ്വീകരണം എങ്ങനെയൊക്കെയാണ്?

ഒരു സംഭാഷണ ശകലത്തിൽ നിന്ന് കാഴ്ചയിൽ നിന്ന്, വാർത്തയിൽ നിന്ന്, അനുഭവത്തിൽ നിന്ന്, ഓർമ്മയിൽ നിന്ന്, സ്വപ്നബാക്കിയിൽ നിന്ന് കഥകളുണ്ടാവാം. എഴുതിത്തുടങ്ങുമ്പോൾ അവിചാരിതമായ വഴിത്തിരിവുകളുണ്ടാവാറുണ്ട്. ചിലപ്പോൾ കഥകളിൽ. ചില പ്രമേയങ്ങൾ ഉപേക്ഷിക്കേണ്ടി വരാറുണ്ട്. ഉപേക്ഷിച്ചവ വർഷങ്ങൾക്കുശേഷം കഥകളായിട്ടുണ്ട്, കൂടുതൽ ശക്തമായി.

സ്ത്രീത്വത്തെ എപ്രകാരം അടയാളപ്പെടുത്തുവാനാണ് ശ്രമിക്കുന്നത്? ആഗ്രഹിക്കുന്നത്?

സ്ത്രീയായിരിക്കുക എന്നത് വലിയൊരടയാളപ്പെടുത്തലാണ്. എഴുത്തിൽ ശക്തരായ ചില പെൺകഥാപാത്രങ്ങളെ സൃഷ്ടിക്കാനാഗ്രഹിക്കുന്നു. അവർ അവരെക്കുറിച്ചു പറയുന്നവരാവും. സ്ത്രീ എന്ന അപാര ശക്തിയെ പാർശ്വവൽക്കരിക്കപ്പെട്ട തന്റെ സഹയാത്രികർ കാണിച്ചു കൊടുക്കുന്നവരാവും.

കേരളീയ സ്ത്രീകളുടെ ഇന്നത്തെ അവസ്ഥകൾ എന്തൊക്കെയാണെന്നു വിലയിരുത്താമോ?

കേരളത്തിലെ സ്ത്രീകൾ ബൗദ്ധിക തൊഴിൽ കലാസാംസ്കാരിക മേഖലകളിൽ കൂടുതൽ മികവു പുലർത്തുന്നു. അംഗീകരിക്കപ്പെടുന്നു. അതൊരുവശം. മറുവശത്ത് അവർ അങ്ങേയറ്റം ഉപഭോഗവസ്തുവായി അധഃപതിക്കപ്പെടുന്നത് വേദനാജനകമാണ്. ചെറിയ ആൺകുട്ടികളുടെ മനസ്സിൽ വരെ പെണ്ണ് വെറുമൊരശ്ലീല സങ്കല്പമാവുന്നു.

സ്ത്രീ സ്ത്രീയെത്തന്നെ വാണിജ്യവല്ക്കരിക്കാൻ ശ്രമിക്കുന്ന സ്ഥിതി വിശേഷമാണ് ഇന്നു സമൂഹത്തിൽ ഉള്ളത്. ഇതിനോട് എങ്ങനെ പ്രതികരിക്കുന്നു?

യോജിക്കുന്നു. ഫെമിനിസം ഉദ്ഘോഷിക്കുന്ന മാസികകൾ മറിച്ചു നോക്കുക. ഇതുതന്നെയാണ് ഞാൻ നേരത്തെ സൂചിപ്പിച്ചത്. നമുക്കുണ്ടായതിൽ ഏറിയകൂറും ഉപരിപ്ലവമാറ്റങ്ങളാണ്. ആന്തരിക മാറ്റങ്ങൾ വരട്ടെ, പെണ്ണിന്, ഒപ്പം അനുഭവങ്ങളിൽനിന്നും ചുറ്റുപാടുകളിൽനിന്നും കൂടുതൽ ആഴമുള്ള അറിവുകളുണ്ടാവട്ടെ. Armchair Philosophy കളിൽ നിന്നുവിട്ട് വിശാലമായ വീക്ഷണങ്ങളുണ്ടാവട്ടെ.

●